# Bếp Nấu Chậm Tuyệt Vời

## Hơn 100 công thức nấu ăn cho buổi tối bận rộn và ngày nghỉ thư giãn

Hà My

# MỤC LỤC


MỤC LỤC ........................................ 3

GIỚI THIỆU ........................................ 7

BỮA SÁNG ........................................ 8

1. Sữa chua đậu nành tự làm ........................................ 9
2. Kale-And-Gruyère Strata với cà chua ........................................ 11
3. Thịt xông khói & băm nấu chậm ........................................ 13
4. Bánh mì ăn sáng bít tết sườn ........................................ 15
5. Yến mạch cắt thép qua đêm ........................................ 17
6. Khoai lang và táo trong rượu rum ........................................ 19

Súp và món hầm ........................................ 21

7. Súp cà chua và me Nam Ấn Độ ........................................ 22
8. Nước súp gừng ........................................ 24
9. Súp cà chua Ayurvedic ........................................ 26
10. Món cá hồi hầm bằng nồi nấu chậm ........................................ 28
11. Thịt bò và thịt lợn Gumbo ........................................ 30
12. Brunswick Stew ........................................ 32
13. đuôi bò hầm ........................................ 34

NGUỒN CHÍNH ........................................ 36

14. Quế quinoa với đào ........................................ 37
15. Đậu Adzuki nguyên chất ........................................ 39
16. Đậu và đậu lăng nấu chậm ........................................ 41
17. Chana và chia đôi Moong Dal với hạt tiêu ........................................ 43
18. Risotto lúa mạch ........................................ 45
19. Thịt cừu, lúa mạch và quả mơ Tagine ........................................ 47
20. Quinoa quế ít béo với đào ........................................ 49
21. Lúa hoang thảo dược ........................................ 51

22. Quinoa Tex-Mex ........ 53
23. Bò bolognese lọ Mason ........ 55
24. Salsa nấu chậm Thổ Nhĩ Kỳ ........ 57
25. Bát chuẩn bị bữa ăn Carnitas ........ 59
26. Đậu xanh, khoai tây và thịt xông khói ........ 61
27. Đậu Pinto và Chân giò ........ 63
28. Thịt lợn nướng BBQ nấu chậm ........ 65
29. Thịt lợn nhồi tỏi nấu chậm ........ 67
30. Thịt ức bò nấu chậm ........ 69
31. Đuôi bò nấu chậm ........ 71
32. Bắp cải kiểu Punjabi ........ 73
33. Polenta Với Cà Chua Và Parmesan ........ 75
34. Đậu nghệ và đậu lăng ........ 77
35. Risotto với đậu xanh và khoai lang ........ 79
36. Đậu lăng cà ri dừa ........ 81
37. Bát cá hồi teriyaki nấu chậm ........ 83
38. Nồi nấu chậm Jambalaya ........ 86
39. Chuck nướng với khoai tây và cà rốt ........ 88
40. Thịt Bò & Nấm Nấu Chậm ........ 90
41. Pot-Au-Feu cổ điển ........ 92
42. Plov thịt bò nấu chậm ........ 95
43. Thịt bò nướng kiểu Pháp ........ 97
44. Súp rau Hamburger ........ 99
45. Món hầm Astoria Waldorf ........ 101
46. Thịt nướng nồi ........ 103
47. Thịt ức nấu chậm ........ 105
48. Thịt nướng Thụy sỹ ........ 107
49. Bít tết hành tây Thụy Sĩ ........ 109
50. Hamburger hầm ........ 111

51. Xúc xích thịt lợn Bolognese 113
52. Thăn lợn sốt táo 115
53. Thịt lợn ớt trong nồi nấu chậm 117
54. Đậu trắng và xúc xích 119
55. Đậu Pinto cay và xúc xích ớt 121
56. Ragout thịt lợn trên Casarecce Pasta 123
57. cúp đậu thịt bò nấu nhừ 126
58. Thịt lợn và ớt xanh 128
59. Chân cừu om tỏi Gremolata 130
60. Thịt cừu sốt lựu và ngò bạc hà 132
61. Vịt dưa cải 134
62. Gà óc chó 136
63. Súp gà nấu chậm 138
64. Chicken Soup và lúa mạch 140
65. Ức gà tây tráng men màu mù tạt 142
66. Bát mì ramen gà và rau 144
67. Cá chẽm luộc với gia vị cà chua-thì là 146
68. Cá bơn cà ri dừa kiểu Thái 148
69. Cá Tuyết Với Mứt Cà Chua-Balsamic 150
70. Cá hấp 152
71. Bánh quy tôm hùm nấu chậm 154
72. Rau và cá nấu chậm 156
73. Súp súp lơ nghệ vàng 158
74. Súp giải rượu nấu chậm 160
75. Bò hầm bia đen 162
76. Súp gừng cà rốt nấu chậm 164
77. Súp khoai tây kiểu Đức 166
78. Ớt bò xay chậm 168
79. Ớt Texan nấu chậm 170

80. Thịt xông khói, tỏi tây, húng tây Farro ..... 172
81. Ngô hầm chậm ..... 174
THUẦN CHAY ..... 176
82. Spaghetti đậu trắng Caprese ..... 177
83. Ragout cà tím và đậu trắng ..... 179
84. Đậu hũ Lo Mein ..... 181
85. Tempeh Châu Á với rau bina và xoài ..... 183
86. Edamame Succotash ..... 185
87. Risotto lúa mạch với bí đỏ ..... 187
MÓN ĂN PHỤ ..... 189
88. Cải Brussels với chanh ..... 190
89. Cải rổ om với Pepperoncini ..... 192
90. Cà rốt phong-quả óc chó ..... 194
91. Súp lơ cà ri và khoai tây ..... 196
92. Đậu Ý nấu chậm ..... 198
93. Đậu nướng thịt xông khói ..... 200
món tráng miệng ..... 202
94. Bánh ớt Thổ Nhĩ Kỳ phủ bột ngô ..... 203
95. Bánh nồi chay mùa xuân ..... 205
96. Bánh sô cô la caramel nấu chậm ..... 208
97. Blackberry Cobbler nấu chậm ..... 210
98. Blondies Blondies Bơ Đậu Phộng Nồi Nấu Chậm ..... 212
99. Nồi Hầm Dulce de Leche ..... 214
100. Táo nấu chậm giòn ..... 216
PHẦN KẾT LUẬN ..... 218

# GIỚI THIỆU

Trong cuộc sống hiện đại với nhịp sống hối hả, việc tìm kiếm những giải pháp nấu ăn tiện lợi mà vẫn đảm bảo chất lượng dinh dưỡng luôn là ưu tiên hàng đầu. "Bếp Nấu Chậm Tuyệt Vời" là cuốn sách dành riêng cho những ai mong muốn biến chiếc bếp nấu chậm thành trợ thủ đắc lực trong căn bếp của mình. Với hơn 100 công thức được biên soạn tỉ mỉ, từ những món súp đậm đà, thịt hầm thơm ngon đến các món canh và tráng miệng hấp dẫn, cuốn sách này sẽ giúp bạn dễ dàng tạo ra những bữa ăn ngon miệng chỉ với một chút thời gian và sự chuẩn bị tối giản.

Mỗi công thức đều được trình bày một cách rõ ràng và đơn giản, giúp bạn thao tác dễ dàng dù vào những buổi tối bận rộn trong tuần hay những ngày cuối tuần khi bạn muốn thư giãn mà không phải mất quá nhiều thời gian chuẩn bị. Hãy để "Bếp Nấu Chậm Tuyệt Vời" trở thành người bạn đồng hành, mang đến cho bạn những trải nghiệm ẩm thực mới mẻ và giúp bạn tận hưởng trọn vẹn niềm vui nấu nướng một cách hiệu quả và đầy cảm hứng.

# BỮA SÁNG

## 1. Sữa chua đậu nành tự làm

Tạo ra: 6 CUPS

**THÀNH PHẦN:**

- 4 cốc sữa đậu nành nguyên chất không đường
- ½ cốc sữa chua đậu nành nguyên chất, sống/hoạt động, không đường
- 1 khăn tắm hoặc chăn dày

**HƯỚNG DẪN:**

a) Cho sữa đậu nành vào nồi nấu chậm và đun ở lửa nhỏ.
b) Đặt sang một bên, đậy kín, trong 3 giờ.
c) Sau 3 giờ, trộn 2 cốc sữa đậu nành ấm và sữa chua nuôi cấy vào.
d) Cho hỗn hợp trở lại nồi nấu chậm và khuấy nhẹ.
e) Đậy nắp và bọc nồi nấu chậm trong một chiếc khăn.
f) Cho phép nó ngồi trong 8 giờ.
g) Sữa chua lẽ ra đã lắng xuống vào thời điểm này.

## 2. Kale-And-Gruyère Strata với cà chua

Tạo ra: 8

**THÀNH PHẦN:**

- Bình xịt nấu ăn
- ½ muỗng canh dầu ô liu
- 1 củ hành vàng, xắt nhỏ
- 6 tép tỏi, băm nhỏ
- Ổ bánh mì nhiều loại nặng 1 pound, loại bỏ lớp vỏ, cắt thành khối 1 inch
- 4 ounce cải xoăn Tuscan cắt nhỏ
- 3 ounce phô mai Gruyère, cắt nhỏ
- ½ chén cà chua xắt nhỏ phơi nắng trong dầu ô liu
- 3 cốc sữa giảm béo 2%
- 1 muỗng canh mù tạt Dijon
- ½ thìa cà phê muối kosher
- ½ muỗng cà phê tiêu đen
- 10 quả trứng, đánh đều

**HƯỚNG DẪN:**

a) Đun nóng dầu rồi cho hành và tỏi vào xào.

b) Phủ nhẹ lên Nồi nấu chậm một lớp xịt nấu ăn. Trộn hỗn hợp hành tây, bánh mì, cải xoăn và cà chua trong Nồi nấu chậm.

c) Đánh đều sữa, Dijon, muối, hạt tiêu và trứng trong tô. Đổ vào Nồi nấu chậm; nhấn hỗn hợp bánh mì, ngâm nó vào hỗn hợp sữa. Đầu với Gruyère.

d) Nấu ở mức THẤP cho đến khi tầng đạt nhiệt độ bên trong là 165°F, khoảng 3 giờ 45 phút.

## 3. Thịt xông khói & băm nấu chậm

Tạo ra: 8

**THÀNH PHẦN:**

- ½ chén hành tây, xắt nhỏ
- 12 quả trứng
- 1 cốc sữa
- 2 pound khoai tây băm nâu
- ¼ thìa cà phê mù tạt khô
- 1 pound thịt xông khói, xắt nhỏ
- ¼ thìa cà phê bột tỏi
- 3 chén phô mai cheddar bào
- 1 thìa cà phê muối
- ½ thìa cà phê tiêu

**HƯỚNG DẪN:**

a) Đánh 12 quả trứng cho đến khi hòa quyện.
b) Tiếp theo, cho sữa và bột tỏi, mù tạt, 1 thìa muối & ½ thìa tiêu vào đánh đều. Để qua một bên.
c) Xếp lớp khoai tây và rắc ⅓ củ hành.
d) Tiếp theo, rắc ⅓ thịt xông khói.
e) Cuối cùng nhưng không kém phần quan trọng, phủ 1 cốc phô mai lên trên.
f) Lặp lại việc phân lớp cho đến khi mọi thứ được sử dụng hết.
g) Đổ hỗn hợp trứng lên trên các lớp.
h) Nấu trong khoảng 7 tiếng rưỡi ở mức thấp hoặc cho đến khi trứng chín.

## 4. Bánh mì ăn sáng bít tết sườn

Tạo ra: 8

**THÀNH PHẦN:**

- Bia chai 12 ounce
- 1½ muỗng canh dầu ô liu
- 1 lá nguyệt quế
- 2 thìa cà phê bột bắp
- 1 thìa cà phê nước
- 1 thìa cà phê ớt bột
- 1 thìa cà phê tiêu đen
- 1 muỗng cà phê lá húng tây tươi
- 1 thìa cà phê thì là xay
- 2 muỗng canh nước tương có hàm lượng natri thấp hơn
- ¾ thìa cà phê muối kosher
- 3 tép tỏi, xay
- 8 cuộn hoagie nguyên hạt nhỏ, chia nhỏ và nướng
- 2 pound bít tết sườn, đã cắt nhỏ
- 1 củ hành tây, cắt thành lát mỏng
- 2 muỗng canh đường nâu đậm

**HƯỚNG DẪN:**

a) Làm gia vị bằng cách trộn dầu ô liu, ớt bột, đường nâu, muối, thì là, tiêu và tỏi.
b) Chà miếng bít tết ở tất cả các mặt.
c) Đặt các lát hành tây vào Nồi nấu chậm; đầu với bít tết.
d) Thêm bia, nước tương, lá nguyệt quế và húng tây.
e) Nấu chậm cho đến khi bít tết mềm, khoảng 7 tiếng rưỡi.
f) Đặt bít tết và hành tây sang một bên.
g) Lọc chất lỏng vào nồi.
h) Đun cho đến khi nước sốt giảm bớt, khoảng 12 phút.
i) Khuấy đều bột ngô và nước trong tô; rưới nước sốt vào và đánh đều cho đến khi hòa quyện.
j) Nấu ở mức thấp, khuấy thường xuyên cho đến khi đặc lại, khoảng 1 phút. Cắt nhỏ bít tết.
k) Xếp miếng bít tết và hành tây lên các cuộn bánh mì nướng.
l) Phục vụ bánh mì với nước sốt trong bát nhúng.

## 5. Yến mạch cắt thép qua đêm

Làm: 6 phần ăn

**THÀNH PHẦN:**

- ½ thìa cà phê muối kosher
- 1½ chén yến mạch cắt nhỏ
- 1½ muỗng cà phê quế xay
- 4 cốc nước
- 2 quả chuối chín nghiền nhuyễn
- ½ muỗng cà phê hạt nhục đậu khấu mới xay
- 3 muỗng canh bột hạt lanh xay
- 1 muỗng cà phê chiết xuất vani
- 2 cốc sữa

**HƯỚNG DẪN:**

a) Đặt tất cả các nguyên liệu vào đáy Nồi nấu chậm từ 4 đến 6 lít và khuấy đều để kết hợp.

b) Nấu chậm, khoảng 7 tiếng rưỡi.

## 6. Khoai lang và táo trong rượu rum

Tạo ra: 6

**THÀNH PHẦN:**

- ¼ thìa cà phê tiêu đen
- 3 củ khoai lang, chà sạch và đâm bằng nĩa
- ½ muỗng cà phê quế xay
- 1 muỗng canh giấm táo
- ½ thìa cà phê muối kosher
- 2 muỗng canh rượu rum đen
- 1 muỗng canh bơ không muối

**PHỦ BÊN TRÊN THỨC ĂN**

- 2 cốc táo Granny Smith gọt vỏ và cắt nhỏ
- Lá xô thơm tươi
- 3 muỗng canh hồ đào xắt nhỏ, nướng

**HƯỚNG DẪN:**

a) Kết hợp tất cả các thành phần, ngoại trừ phần trên, trong Nồi Hầm 6 lít.

b) Nấu chậm cho đến khi khoai tây mềm, khoảng 6 giờ.

c) Lấy khoai tây ra và cắt làm đôi theo chiều dọc.

d) Phủ táo, hồ đào và lá xô thơm lên trên.

# Súp và món hầm

## 7. Súp cà chua và me Nam Ấn Độ

Tạo ra: 12 CUPS

**THÀNH PHẦN:**

- ½ chén đậu bồ câu đã tách vỏ và tách vỏ khô, làm sạch và rửa sạch
- 4 quả cà chua, gọt vỏ và cắt nhỏ
- 1 củ gừng gọt vỏ, bào sợi hoặc băm nhỏ
- 2 thìa cà phê muối biển thô
- 1 thìa cà phê bột nghệ
- 1 cốc nước ép me
- 2 muỗng canh bột Rasam
- 7 cốc nước
- 1 muỗng canh dầu
- 1 muỗng cà phê hạt mù tạt đen
- 1 thìa cà phê hạt thì là
- 20 lá cà ri, xắt nhỏ
- 1 muỗng canh rau mùi tươi cắt nhỏ để trang trí
- Miếng chanh, để trang trí

**HƯỚNG DẪN:**

a) Trong nồi nấu chậm, kết hợp đậu bồ câu, cà chua, củ gừng, muối, nghệ, nước ép me, bột Rasam và nước.

b) Nấu trong 3 giờ ở nhiệt độ cao.

c) Trộn bằng máy xay ngâm.

d) Đun nóng dầu trong chảo xào trên lửa vừa.

e) Thêm mù tạt và thì là vào rồi nấu trong 30 giây hoặc cho đến khi hỗn hợp sôi lên.

f) Thêm lá cà ri và nấu cho đến khi chúng hơi nâu và bắt đầu cong lại.

g) Đặt hỗn hợp nóng vào nồi nấu chậm.

h) Nấu súp thêm 30 phút trước khi dùng, trang trí bằng ngò và chanh.

# 8. Nước súp gừng

Tạo ra: 7 CUPS

**THÀNH PHẦN:**

- 2 củ hành vàng, bóc vỏ
- 2 pound củ gừng, gọt vỏ
- 2 chén tỏi, bóc vỏ và cắt nhỏ
- 4 thìa hạt thì là
- 4 thìa bột nghệ
- ½ chén dầu
- ½ cốc nước

**HƯỚNG DẪN:**

a) Trong máy xay sinh tố, xay riêng hành, củ gừng và tỏi.
b) Vào nồi nấu chậm, thêm thì là, nghệ và dầu.
c) Đổ hỗn hợp máy xay vào nồi nấu chậm.
Khuấy nhẹ nhàng và nấu trong 10 giờ ở nhiệt độ cao.

## 9. Súp cà chua Ayurvedic

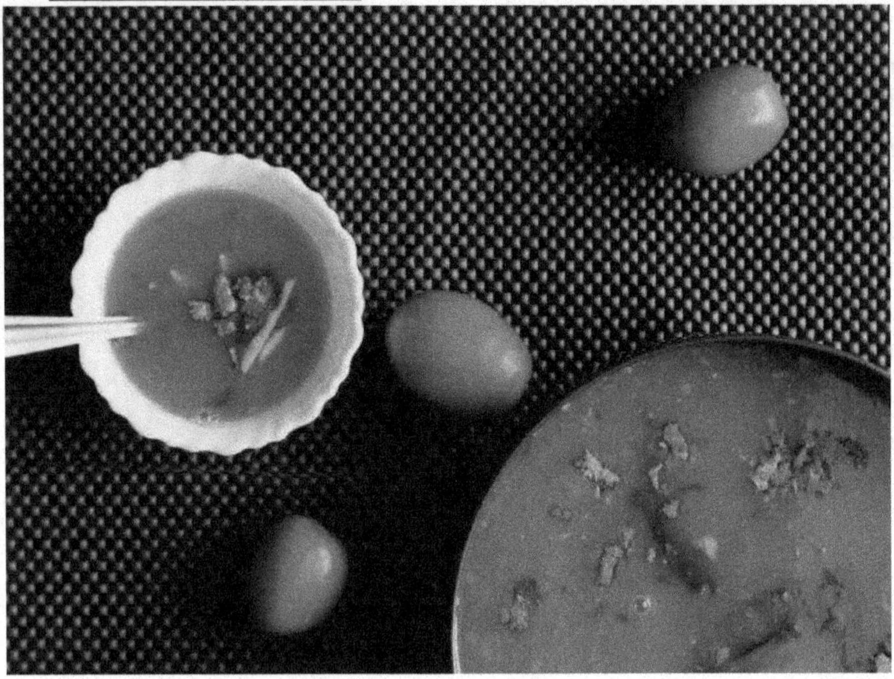

Làm: 4½ CUPS

**THÀNH PHẦN:**

- 1 củ hành tây, bóc vỏ và cắt nhỏ
- 4 quả cà chua, gọt vỏ và cắt nhỏ
- 1 cốc củ gừng gọt vỏ và thái nhỏ
- 10 tép tỏi, bóc vỏ và cắt nhỏ
- 1 muỗng canh bột nghệ
- ¼ cốc dầu

**HƯỚNG DẪN:**

a) Cho tất cả nguyên liệu vào nồi nấu chậm và trộn nhẹ nhàng.
b) Nấu ở nhiệt độ cao trong 6 giờ.
c) Xử lý hỗn hợp cho đến khi mịn bằng máy xay ngâm.
d) Quay trở lại nồi nấu chậm và nấu thêm một giờ nữa ở mức cao.

## 10. Món cá hồi hầm bằng nồi nấu chậm

Làm: 4 phần ăn

**THÀNH PHẦN**

- 4 con cá hồi
- 1 thìa cà phê hạt tiêu
- 1 thìa cà phê ớt bột
- 1 thìa cà phê rau mùi
- 2 muỗng canh dầu ô liu
- 6 củ hành lá, thái lát dày
- 1 quả ớt đỏ, xắt nhỏ
- 2 quả cà chua, xắt nhỏ
- 1 muỗng cà phê ớt khô
- 1 thìa cà phê húng tây
- 1 chén nước dùng cá
- Muối và hạt tiêu cho vừa ăn
- bánh mì để phục vụ

**HƯỚNG DẪN**

a) Kết hợp các loại gia vị và rắc chúng lên cá hồi.
b) Cho cá hồi vào chảo dầu nóng và nấu cho đến khi chín vàng.
c) Sắp xếp nó trong nồi nấu chậm.
d) Thêm các thành phần còn lại, cùng với bất kỳ gia vị còn lại nào và đun sôi.
e) Nấu cá hồi trong hai giờ.
f) Ăn kèm với bánh mì.

## 11. Thịt bò và thịt lợn Gumbo

Tạo ra: 3

**THÀNH PHẦN:**

- ¼ muỗng canh dầu ô liu
- ¼ lbs. thịt bò xay ăn cỏ
- ¼ lbs. thịt lợn đất
- 1 quả cà chua vừa, xắt nhỏ
- ⅛ củ hành vàng nhỏ, xắt nhỏ
- ½ hạt tiêu jalapeño, xắt nhỏ
- ½ tép tỏi, băm nhỏ
- ¼ (6oz) lon nước sốt cà chua không đường
- ¼ thìa ớt bột
- ¼ thìa thì là xay
- Muối và hạt tiêu đen mới xay cho vừa ăn
- 1 muỗng canh nước
- 2 muỗng canh phô mai cheddar, cắt nhỏ

**HƯỚNG DẪN:**

a) Cho dầu và tất cả nguyên liệu vào nồi liền.
b) Khuấy đều và đậy nắp.
c) Đặt nồi ở chế độ 'nấu chậm' ở áp suất cao trong 4 giờ.
d) Sau khi thực hiện 'Xả hơi tự nhiên' và tháo nắp.
e) Ăn nóng.

## 12. Brunswick Stew

Thực hiện: 8 ĐẾN 10 PHỤC VỤ

**THÀNH PHẦN:**

- 6 chén nước luộc gà
- 2 chén thịt lợn nướng BBQ nấu chậm
- 2 chén thịt gà xắt nhỏ, nấu chín
- 2 chén đậu lima đông lạnh hoặc khô
- 3 củ khoai tây nâu vừa, gọt vỏ và thái hạt lựu
- 1 (14-ounce) lon cà chua thái hạt lựu trong nước ép cà chua
- 1 củ hành đỏ lớn, thái hạt lựu
- 1½ chén đậu Hà Lan và cà rốt đông lạnh
- 1½ cốc đậu bắp đông lạnh
- 1 cốc ngô đông lạnh
- 1 chén sốt BBQ hickory
- 3 tép tỏi, băm nhỏ
- 2 muỗng canh sốt Worcestershire
- 2½ thìa cà phê muối nêm
- 1 thìa cà phê tiêu đen xay
- ½ thìa cà phê thì là xay

**HƯỚNG DẪN:**

a) Thêm tất cả nguyên liệu vào nồi nấu chậm 6 lít. Khuấy cho đến khi mọi thứ được kết hợp tốt. Đậy nắp nồi nấu chậm và đặt nhiệt ở mức thấp.

b) Nấu trong 5 giờ, sau đó phục vụ. Thức ăn thừa có thể bảo quản trong hộp kín trong tủ lạnh tối đa 5 ngày.

## 13. đuôi bò hầm

Làm: 6 ĐẾN 8 phần ăn

**THÀNH PHẦN**

½ chén bột mì đa dụng
3½ thìa cà phê muối nêm
2 thìa cà phê ớt bột
½ muỗng cà phê tiêu đen xay
4 pound đuôi bò, đã lọc mỡ
¼ chén dầu thực vật
1 củ hành vàng lớn, xắt nhỏ
1 lon (14,5 ounce) cà chua thái hạt lựu
4 tép tỏi
3 nhánh húng tây tươi
3 lá nguyệt quế
1 (6-ounce) lon bột cà chua
1 lít (32 ounce) nước luộc thịt bò
1 pound cà rốt baby
1½ pound khoai tây đỏ non, xắt nhỏ

**HƯỚNG DẪN**

Lấy một túi cấp đông có khóa zip lớn và thêm bột mì, muối nêm, ớt bột và tiêu đen vào. Lắc túi để đảm bảo mọi thứ được kết hợp tốt. Bắt đầu thêm từng đuôi bò vào và lắc túi để phủ chúng. Sau khi đã phủ xong đuôi bò, hãy đặt chúng lên đĩa hoặc khay nướng.

Trong một chảo lớn trên lửa vừa, đổ dầu thực vật vào. Khi dầu nóng, bắt đầu cho đuôi bò vào. Nâu vàng tất cả các bề mặt của đuôi bò, mỗi mặt khoảng 3 phút, sau đó lấy ra khỏi chảo và cho vào nồi nấu chậm 6 lít.

Cho hành tây vào chảo và nấu cho đến khi mềm. Cho đuôi bò vào nồi nấu chậm cùng với cà chua, tỏi, húng tây và lá nguyệt quế.

Trong một tô lớn, trộn bột cà chua và nước luộc thịt bò, trộn đều cho đến khi hòa quyện. Đổ hỗn hợp này vào nồi nấu chậm, đặt nồi nấu chậm ở mức thấp và nấu trong 6 giờ.

Thêm cà rốt và khoai tây, khuấy đều và nấu thêm 2 giờ nữa. Sau đó phục vụ và thưởng thức!

# NGUỒN CHÍNH

## 14. Quế quinoa với đào

Tạo ra: 6

**THÀNH PHẦN:**

- Bình xịt nấu ăn
- 2 ½ cốc nước
- ½ muỗng cà phê quế xay
- 1 ½ cốc rưỡi không béo
- 1 cốc quinoa chưa nấu chín, rửa sạch, để ráo nước
- ¼ cốc đường
- 1½ muỗng cà phê chiết xuất vani
- 2 chén đào lát đông lạnh, không đường
- ¼ chén hồ đào xắt nhỏ, rang khô

**HƯỚNG DẪN:**

a) Phủ nồi nấu chậm bằng bình xịt nấu ăn.
b) Đổ đầy nước và nấu quinoa và quế trong 2 giờ ở nhiệt độ thấp.
c) Trong một bát riêng, trộn đều nửa rưỡi, đường và tinh chất vani.
d) Múc quinoa vào bát.
e) Thêm đào lên trên, sau đó là hỗn hợp nửa rưỡi và quả hồ đào.

## 15. Đậu Adzuki nguyên chất

Tạo ra: 8 CUPS

**THÀNH PHẦN:**

- 3 chén đậu adzuki khô nguyên hạt, nhặt lên và rửa sạch
- 5 cốc nước

**HƯỚNG DẪN:**

a) Trong nồi nấu chậm, kết hợp đậu và nước.
b) Nấu trong 3 giờ ở mức thấp.
c) Trong một cái chao, rửa sạch đậu bằng nước lạnh để dừng quá trình nấu và xả hết chất lỏng dư thừa.

## 16. Đậu và đậu lăng nấu chậm

Tạo ra: 10 CUPS

**THÀNH PHẦN:**

- 2 chén đậu lima khô, nhặt qua và rửa sạch
- ½ củ hành tây vàng hoặc đỏ, bóc vỏ và cắt nhỏ
- 1 quả cà chua, thái hạt lựu
- 1 miếng gừng gọt vỏ, bào sợi hoặc băm nhỏ
- 2 tép tỏi, bóc vỏ và xay hoặc băm nhỏ
- 2 quả ớt xanh Thái, serrano hoặc cayenne, xắt nhỏ
- 3 củ đinh hương
- 1 thìa cà phê hạt thì là
- 1 thìa cà phê bột ớt đỏ hoặc ớt cayenne
- một muỗng cà phê muối biển thô
- ½ muỗng cà phê bột nghệ
- ½ thìa cà phê garam masala
- 7 cốc nước
- ¼ chén ngò tươi xắt nhỏ

**HƯỚNG DẪN:**

a) Trong nồi nấu chậm, kết hợp tất cả nguyên liệu trừ ngò.
b) Nấu ở nhiệt độ cao trong 7 giờ hoặc cho đến khi đậu vỡ ra và trở thành kem.
c) Lấy đinh hương ra.
d) Trang trí với rau mùi tươi.

## 17. Chana và chia đôi Moong Dal với hạt tiêu

Tạo ra: 8 CUPS

**THÀNH PHẦN:**

- 1 chén gram, nhặt qua và rửa sạch
- 1 chén đậu lăng xanh tách vỏ khô, vớt ra và rửa sạch
- ½ củ hành tây vàng hoặc đỏ, bóc vỏ và thái hạt lựu
- 1 củ gừng gọt vỏ, bào sợi hoặc băm nhỏ
- 4 tép tỏi, bóc vỏ và xay hoặc băm nhỏ
- 1 quả cà chua, gọt vỏ và thái hạt lựu
- 2 quả ớt xanh Thái, serrano hoặc cayenne, xắt nhỏ
- 1 muỗng canh cộng với 1 muỗng cà phê hạt thì là, chia
- 1 thìa cà phê bột nghệ
- 2 thìa cà phê muối biển thô
- 1 thìa cà phê bột ớt đỏ hoặc ớt cayenne
- 6 cốc nước
- 2 muỗng canh dầu
- 1 muỗng cà phê ớt đỏ
- 2 muỗng canh rau mùi tươi băm nhỏ

**HƯỚNG DẪN:**

a) Trong nồi nấu chậm, trộn đậu lăng xanh, hành tây, củ gừng, tỏi, cà chua, ớt, 1 thìa thì là, nghệ, muối, bột ớt đỏ và nước.
b) Nấu trong 5 giờ ở nhiệt độ cao.
c) Đến cuối thời gian nấu, đun nóng dầu trong chảo nông trên lửa vừa.
d) Trộn 1 muỗng cà phê thì là còn lại.
e) Thêm mảnh ớt đỏ khi dầu nóng.
f) Nấu không quá 30 giây.
g) Trộn đậu lăng với hỗn hợp này và rau mùi.
h) Dùng như súp.

## 18. Risotto lúa mạch

Tạo ra: 8

**THÀNH PHẦN:**

- 2 ¼ chén lúa mạch đã tách vỏ, rửa sạch
- 4 tép tỏi, băm nhỏ
- 1 (8 ounce) gói nấm nút, cắt nhỏ
- 6 chén nước luộc rau ít natri
- ½ muỗng cà phê lá kinh giới khô
- ⅛ muỗng cà phê tiêu đen
- ⅔ cốc phô mai Parmesan bào

**HƯỚNG DẪN:**

a) Trong nồi nấu chậm 6 lít, trộn lúa mạch, tỏi, nấm, nước dùng, kinh giới và hạt tiêu.

b) Đậy nắp và nấu ở nhiệt độ thấp trong 7 đến 8 giờ hoặc cho đến khi lúa mạch hấp thụ hầu hết chất lỏng và mềm, còn rau củ mềm.

c) Khuấy phô mai Parmesan và phục vụ.

a) Có thể được phục vụ ấm hoặc mát.

## 19. Thịt cừu, lúa mạch và quả mơ Tagine

Tạo ra: 8

**THÀNH PHẦN:**

- 3 chén nước dùng bò không muối
- ½ chén nho khô vàng
- 1 nửa quả mơ khô
- 1½ thìa cà phê thì là xay
- ½ thìa cà phê ớt cayenne
- 3 muỗng canh bột cà chua
- 2 thìa cà phê muối kosher
- ½ chén ngò tươi xắt nhỏ
- 2½ chén hành trắng xắt nhỏ
- 1 chén lúa mạch nguyên hạt chưa nấu chín
- 2 thanh quế
- 1 thìa cà phê rau mùi đất
- 8 tép tỏi, băm nhỏ
- 2 pound chân cừu, cắt nhỏ và cắt khối
- 1 thìa nước cốt chanh tươi

**HƯỚNG DẪN:**

a) Trong nồi nấu chậm, kết hợp nước kho, hành tây, lúa mạch, quả mơ, bột cà chua, muối, thì là, rau mùi, ớt cayenne, tỏi và que quế.

b) Nấu thịt cừu trong chảo nóng khoảng 8 phút, thỉnh thoảng lật thịt cho đến khi chín vàng các mặt.

c) Cho vào nồi nấu chậm và nấu chậm trong khoảng 8 giờ.

d) Vứt bỏ những que quế.

e) Trước khi dùng, thêm ngò, nho khô và nước cốt chanh vào hỗn hợp Crockpot.

## 20. Quinoa quế ít béo với đào

Tạo ra: 6

**THÀNH PHẦN:**

- Bình xịt nấu ăn
- 2 ½ cốc nước
- ½ muỗng cà phê quế xay
- 1 ½ cốc rưỡi không béo
- 1 cốc quinoa chưa nấu chín, rửa sạch, để ráo nước
- ¼ cốc đường
- 1½ muỗng cà phê chiết xuất vani
- 2 chén đào lát đông lạnh, không đường
- ¼ chén hồ đào xắt nhỏ, rang khô

**HƯỚNG DẪN:**

- Phủ nồi nấu chậm bằng bình xịt nấu ăn.
- Đổ đầy nước và nấu quinoa và quế trong 2 giờ ở nhiệt độ thấp.
- Trong một bát riêng, trộn đều nửa rưỡi, đường và tinh chất vani.
- Múc quinoa vào bát.
- Thêm đào lên trên, sau đó là hỗn hợp nửa rưỡi và quả hồ đào.

## 21. Lúa hoang thảo dược

Tạo ra: 8

**THÀNH PHẦN:**

- 3 chén gạo tẻ, rửa sạch và để ráo nước
- 6 chén nước luộc rau củ nướng
- ½ muỗng cà phê muối
- ½ muỗng cà phê lá húng tây khô
- ½ muỗng cà phê lá húng quế khô
- 1 lá nguyệt quế
- ⅓ chén mùi tây lá phẳng tươi

**HƯỚNG DẪN:**

a) Trong nồi nấu chậm 6 lít, trộn gạo hoang, nước luộc rau, muối, húng tây, húng quế và lá nguyệt quế.

b) Đóng nắp và nấu ở nhiệt độ thấp trong 4 đến 6 giờ.

c) Bạn có thể nấu món này lâu hơn cho đến khi cơm rừng nở ra, mất khoảng 7 đến 8 tiếng.

d) Loại bỏ và loại bỏ lá nguyệt quế.

e) Khuấy mùi tây và phục vụ.

## 22. Quinoa Tex-Mex

Mang lại 12 phần ăn

**Thành phần**

- 1 cốc (180g) quinoa chưa nấu chín, rửa sạch
- 1 lb. (450g) ức gà tây nạc thêm
- 1 15 oz. lon (425g) đậu đen, để ráo nước/rửa sạch
- 1 15 oz. lon (425g) ngô ngọt, để ráo nước/rửa sạch
- 1 10 oz. lon (285g) cà chua thái hạt lựu và ớt xanh
- 1 10 oz. lon (285g) sốt enchilada đỏ
- 1 ½ cốc (350mL) nước luộc gà/rau hoặc nước
- 1 quả ớt chuông xanh, xắt nhỏ ½ cốc (80g) hành tây cắt nhỏ 2 quả ớt jalapeño, bỏ hạt
- 1 muỗng canh tỏi băm
- 2 muỗng canh gia vị taco

**Hướng**

a) Thêm mọi thứ vào nồi nấu chậm. Khuấy đều để kết hợp.

b) Biến nhiệt xuống thấp. Để nấu trong 6-8 giờ, chậm và nhỏ. Khuấy một hoặc hai lần trong suốt thời gian nấu. (Nấu ở nhiệt độ cao trong 4 giờ nếu bạn đang thiếu thời gian).

c) Dùng với sữa chua Hy Lạp như một loại kem thay thế, salsa và bơ hoặc guacamole.

## 23. Bò bolognese lọ Mason

**Thành phần**

- 2 muỗng canh dầu ô liu
- 1 pound thịt bò xay
- 1 pound xúc xích Ý, đã bỏ vỏ
- 1 củ hành tây, băm nhỏ
- 4 tép tỏi, băm nhỏ
- 3 lon (14,5 ounce) cà chua thái hạt lựu, để ráo nước
- 2 (15-ounce) lon nước sốt cà chua
- 3 lá nguyệt quế
- 1 thìa cà phê lá oregano khô
- 1 muỗng cà phê húng quế khô
- ½ muỗng cà phê húng tây khô
- 1 thìa cà phê muối kosher
- ½ thìa cà phê tiêu đen mới xay
- 2 gói (16 ounce) phô mai mozzarella ít béo, cắt thành khối
- 32 ounce fusilli lúa mì nguyên hạt chưa nấu chín, nấu theo hướng dẫn trên bao bì; khoảng 16 cốc đã nấu chín

**Hướng**

a) Đun nóng dầu ô liu trong chảo lớn trên lửa vừa cao. Thêm thịt bò xay, xúc xích, hành tây và tỏi. Nấu cho đến khi chín vàng, từ 5 đến 7 phút, đảm bảo nghiền nát thịt bò và xúc xích khi nấu; tiêu mỡ thừa.

b) Chuyển hỗn hợp thịt bò xay vào nồi nấu chậm 6 lít. Khuấy cà chua, nước sốt cà chua, lá nguyệt quế, lá oregano, húng quế, húng tây, muối và hạt tiêu. Đậy nắp và nấu ở nhiệt độ thấp trong 7 giờ 45 phút. Mở nắp và vặn nồi nấu chậm lên mức cao. Tiếp tục nấu trong 15 phút, cho đến khi nước sốt đặc lại. Bỏ lá nguyệt quế và để nước sốt nguội hoàn toàn.

c) Chia nước sốt vào 16 lọ thủy tinh miệng rộng có nắp đậy hoặc các hộp chịu nhiệt khác. Phủ phô mai mozzarella và fusilli lên trên. Làm lạnh tối đa 4 ngày.

d) Để phục vụ, cho vào lò vi sóng, không đậy nắp, cho đến khi nóng hoàn toàn, khoảng 2 phút. Khuấy để kết hợp.

## 24. Salsa nấu chậm Thổ Nhĩ Kỳ

Mang lại 6 phần ăn

**Thành phần**

- 20 oz. (600g) ức gà tây xay thêm nạc
- 1 15,5 oz. lọ (440g) salsa
- muối và hạt tiêu cho vừa ăn (tùy chọn)

**Hướng**

a) Thêm gà tây xay và salsa vào nồi nấu chậm của bạn.
b) Biến nhiệt xuống thấp. Để nấu trong 6-8 giờ, chậm và nhỏ. Khuấy một hoặc hai lần trong suốt thời gian nấu. (Nấu ở nhiệt độ cao trong 4 giờ nếu bạn đang thiếu thời gian).
c) Ăn kèm với salsa lạnh, sữa chua Hy Lạp thay thế kem chua, phô mai hoặc hành lá!
d) Bảo quản ngăn mát tủ lạnh 5 ngày, ngăn đông 3-4 tháng.

## 25. Bát chuẩn bị bữa ăn Carnitas

**Thành phần**

- 2 ½ thìa cà phê ớt bột
- 1 ½ thìa cà phê thì là xay
- 1 ½ thìa cà phê lá oregano khô
- 1 thìa cà phê muối kosher, hoặc nhiều hơn tùy khẩu vị
- ½ muỗng cà phê tiêu đen xay, hoặc nhiều hơn tùy khẩu vị
- 1 (3 pound) thịt thăn lợn, cắt bỏ mỡ thừa
- 4 tép tỏi, bóc vỏ
- 1 củ hành tây, cắt thành múi
- Nước ép của 2 quả cam
- Nước ép của 2 quả chanh
- 8 chén cải xoăn thái nhỏ
- 4 quả cà chua mận, xắt nhỏ
- 2 (15-ounce) lon đậu đen, để ráo nước và rửa sạch
- 4 chén hạt ngô (đông lạnh, đóng hộp hoặc rang)
- 2 quả bơ, cắt đôi, bỏ hạt, gọt vỏ và thái hạt lựu
- 2 quả chanh, cắt thành miếng vuông

**Hướng**

a) Trong một bát nhỏ, trộn bột ớt, thì là, lá oregano, muối và tiêu. Ướp thịt lợn với hỗn hợp gia vị, xát đều các mặt.

b) Cho thịt lợn, tỏi, hành tây, nước cam và nước cốt chanh vào nồi nấu chậm. Đậy nắp và nấu ở mức thấp trong 8 giờ hoặc ở mức cao trong 4 đến 5 giờ.

c) Lấy thịt lợn ra khỏi nồi và xé thịt. Cho nó trở lại nồi và trộn với nước trái cây; nêm muối và hạt tiêu, nếu cần. Đậy nắp và giữ ấm thêm 30 phút.

d) Đặt thịt lợn, cải xoăn, cà chua, đậu đen và ngô vào hộp đựng đồ ăn. Sẽ bảo quản trong tủ lạnh từ 3 đến 4 ngày. Ăn kèm với bơ và chanh.

# 26. Đậu xanh, khoai tây và thịt xông khói

Làm: 6 phần ăn

**THÀNH PHẦN**

1 pound đầu thịt xông khói, cắt nhỏ
1 pound khoai tây đỏ non, cắt làm đôi hoặc làm tư
1 pound đậu xanh tươi cắt nhỏ
3 chén nước luộc gà
1 củ hành vàng vừa, xắt nhỏ
1 hạt tiêu jalapeño lớn, xắt nhỏ (tùy chọn)
1½ thìa tỏi băm
½ thìa cà phê tiêu đen nứt

**HƯỚNG DẪN**

Thêm tất cả nguyên liệu vào nồi nấu chậm 6 lít. Bật nồi nấu chậm lên cao và đậy nắp. Nấu trong 4 giờ, sau đó phục vụ.
và tận hưởng!

## 27. Đậu Pinto và Chân giò

Làm: 8 phần ăn

**THÀNH PHẦN**

1 miếng giăm bông lớn hoặc cánh gà tây hun khói
7 cốc nước
3 chén đậu pinto khô, phân loại và rửa sạch
1 củ hành vàng vừa, thái hạt lựu
1 thìa tỏi băm
2 thìa cà phê muối nêm
½ muỗng cà phê tiêu đen xay
Hành lá cắt nhỏ để trang trí (tùy chọn)
2 đến 2½ chén cơm hấp

**HƯỚNG DẪN**

Cho chân giò, nước, đậu, hành tây, tỏi, muối và tiêu vào nồi nấu chậm 6 lít. Đặt ở mức cao, đậy nắp và nấu trong 6 giờ.

Sau khi đậu đã chín, trang trí với hành lá và dùng với cơm.

## 28. Thịt lợn nướng BBQ nấu chậm

Làm: 6 phần ăn

**THÀNH PHẦN**

2 đến 3 pound thịt vai lợn nướng
1 muỗng canh dầu thực vật
2 muỗng canh khói lỏng
2 muỗng cà phê giấm táo
¼ chén đường nâu sẫm
2 muỗng canh ớt bột xông khói
2 thìa cà phê muối kosher
1 thìa cà phê tiêu đen xay
1 muỗng cà phê bột mù tạt
1 đến 1½ chén sốt BBQ hickory

**HƯỚNG DẪN**

Trên một khay nướng lớn, đặt miếng nướng và rưới dầu thực vật lên trên, tiếp theo là khói lỏng và giấm.

Trong một bát nhỏ, trộn đường với ớt bột, muối, tiêu và bột mù tạt. Phủ thịt nướng với hỗn hợp gia vị.

Đặt món nướng vào nồi nấu chậm 6 lít và đậy nắp lại. Nấu ở mức thấp trong 4 giờ.

Xé thịt, rưới sốt BBQ vào. Khuấy đều, sau đó nấu thêm 2 giờ nữa (vẫn ở mức thấp). Sau đó phục vụ và thưởng thức!

## 29. Thịt lợn nhồi tỏi nấu chậm

Làm: 8 ĐẾN 10 phần ăn

**THÀNH PHẦN**

3 đến 4 pound thịt mông lợn không xương nướng
6 đến 8 tép tỏi
1 chén hành lá xắt nhỏ
1 (0,75 ounce) gói gia vị trang trại
1 thìa cà phê tiêu đen xay
2 chén nước luộc gà
1 pound cà rốt baby
1 pound khoai tây đỏ, rửa sạch và cắt nhỏ

**HƯỚNG DẪN**

Đâm 6 đến 8 lỗ vào miếng thịt nướng và nhét những tép tỏi vào. Cẩn thận đặt món nướng vào nồi nấu chậm 6 lít.

Cho hành lá vào, sau đó rắc gia vị trang trại và hạt tiêu đen lên khắp món nướng. Đổ nước luộc gà vào. Đặt nồi nấu chậm ở mức cao và nấu trong 2 giờ.

Thêm cà rốt và khoai tây, khuấy đều và nấu thêm 2 giờ nữa. Phục vụ.

## 30. Thịt ức bò nấu chậm

Làm: 10 ĐẾN 12 phần ăn

**THÀNH PHẦN**

2 muỗng canh dầu ô liu nguyên chất
2 muỗng canh giấm táo
1 muỗng canh khói lỏng
½ chén đường nâu nhạt
2 thìa bột tỏi
2 thìa bột hành
2 thìa ớt bột
1 muỗng canh muối kosher
1 muỗng canh mùi tây khô
1 thìa cà phê tiêu đen xay
1 thìa cà phê ớt cayenne
7 đến 8 pound thịt ức bò

**HƯỚNG DẪN**

Trong một bát trộn nhỏ, trộn dầu, giấm, khói lỏng, đường, bột tỏi và hành tây, ớt bột, muối, mùi tây, tiêu đen và ớt cayenne bằng máy đánh trứng. Xoa hỗn hợp lên khắp ức.

Xịt bình xịt nấu ăn không dính vào nồi nấu chậm 6 lít và đặt ức vào trong. Đặt nồi nấu chậm ở mức thấp và nấu trong 12 giờ.

Lót giấy nhôm vào đĩa nướng 9 x 13 inch. Sau khi làm xong phần thịt ức, hãy cẩn thận lấy nó ra khỏi nồi nấu chậm và đặt vào đĩa nướng đã chuẩn bị sẵn. Bật lò nướng ở chế độ nướng và nấu ức cho đến khi "vỏ cây" (phần chà xát) có màu nâu sẫm, từ 3 đến 5 phút. Lấy ức ra khỏi lò, bọc lại bằng giấy nhôm và để yên trong 1 giờ trước khi dùng.

# 31. Đuôi bò nấu chậm

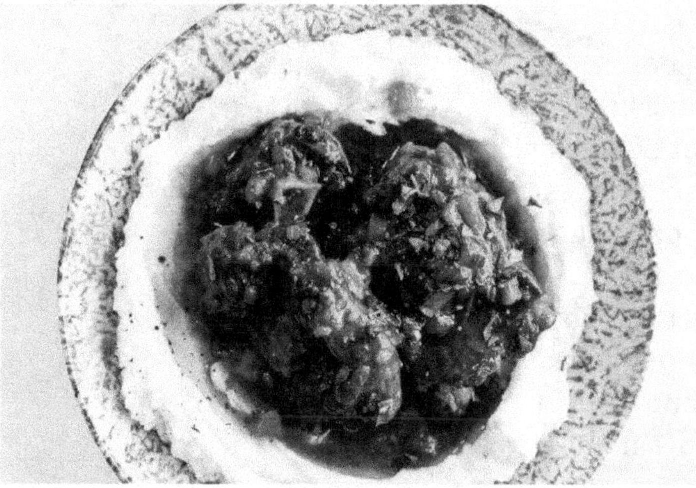

Làm: 4 phần ăn

**THÀNH PHẦN**

2 ½ pound đuôi bò

2 thìa cà phê muối kosher

1 thìa cà phê hạt tiêu đen mới xay hoặc xay

2 muỗng canh sốt Worcestershire

1¼ chén bột mì đa dụng, chia đều

¾ chén dầu thực vật

3 chén nước luộc thịt bò hoặc nước

1 củ hành vàng lớn, thái lát

3 tép tỏi, băm nhỏ

Rau mùi tây tươi cắt nhỏ để trang trí

**HƯỚNG DẪN**

Trong một tô trộn lớn, nêm đuôi bò với muối và hạt tiêu. Rưới nước sốt Worcestershire lên khắp và đảo đuôi bò để đảm bảo chúng được phủ đều. Rắc ¼ chén bột lên đuôi bò và đảo lại để đảm bảo bột phủ đều.

Trong chảo xào lớn trên lửa vừa, đổ dầu thực vật vào. Khi dầu nóng, thêm đuôi bò vào. Khi chúng đã đẹp và có màu nâu, hãy lấy chúng ra khỏi chảo và cho vào nồi nấu chậm 6 lít trong khi bạn chuẩn bị nước xốt. Nếu trong chảo có miếng thịt bị cháy thì đổ dầu ra, lọc, lau sạch chảo rồi đổ dầu đã lọc lại vào chảo.

Trên lửa vừa, bắt đầu thêm 1 cốc bột còn lại vào chảo, mỗi lần chỉ một ít. Đánh liên tục. Khi bột có màu nâu giống như bơ đậu phộng dai, từ từ đổ nước dùng vào. Đánh đều trong khi bạn đổ!

Đảm bảo mọi thứ không bị vón cục, sau đó vặn lửa từ trung bình đến cao. Khi nước sốt sôi hoàn toàn, giảm lửa vừa và thêm hành và tỏi vào. Khuấy nước sốt và nếm thử. Thêm muối và hạt tiêu cho vừa ăn.

Tắt lửa và đổ nước xốt vào nồi nấu chậm, đậy nắp bò. Đặt nồi nấu chậm ở mức cao và nấu trong 8 giờ. Rắc mùi tây lên trên và dùng kèm với khoai tây nghiền hoặc cơm.

## 32. Bắp cải kiểu Punjabi

Tạo ra: 7 CUPS

**THÀNH PHẦN:**

- 3 thìa canh (45 mL) dầu
- 1 muỗng canh hạt thì là
- 1 thìa cà phê bột nghệ
- ½ củ hành tây vàng hoặc đỏ, bóc vỏ và thái hạt lựu
- 1 củ gừng gọt vỏ, bào sợi hoặc băm nhỏ
- 6 tép tỏi, bóc vỏ và băm nhỏ
- 1 củ khoai tây vừa, gọt vỏ và thái hạt lựu
- 1 bắp cải trắng cỡ vừa, bỏ lá bên ngoài và thái nhỏ (khoảng 8 cốc [560 g])
- 1 cốc (145 g) đậu Hà Lan, tươi hoặc đông lạnh
- 1 quả ớt xanh Thái, serrano hoặc ớt cayenne, bỏ cuống, cắt nhỏ
- 1 thìa cà phê rau mùi đất
- 1 thìa cà phê thì là xay
- 1 thìa cà phê tiêu đen xay
- ½ thìa cà phê bột ớt đỏ hoặc ớt cayenne
- 1½ muỗng cà phê muối biển

**HƯỚNG DẪN:**

a) Cho tất cả nguyên liệu vào nồi nấu chậm và trộn nhẹ nhàng.

b) Nấu ở mức thấp trong 4 giờ. Ăn với cơm basmati trắng hoặc nâu, roti hoặc naan. Đây là chất độn tuyệt vời cho món bánh pita với một chút mưa phùn sữa chua đậu nành raita.

## 33. Polenta Với Cà Chua Và Parmesan

Tạo ra: 4

**THÀNH PHẦN:**

- 2 chén nước dùng rau không muối
- 2 cốc sữa ít béo 1%
- 1 ly nước
- 1 cốc polenta hoặc Polenta xay bằng đá chưa nấu chín
- ½ thìa cà phê muối kosher
- ½ muỗng cà phê tiêu đen
- 1 ½ ounce phô mai Parmesan, bào
- 1½ muỗng canh bơ không muối
- 3 cốc cà chua bi
- 1 muỗng canh dầu ô liu
- 2 muỗng canh húng quế tươi xắt nhỏ
- 1 muỗng cà phê giấm balsamic hoặc rượu vang đỏ
- 1 ounce cải xoong hoặc rau xanh mesclun
- ½ ounce phô mai Parmesan bào

**HƯỚNG DẪN:**

a) Khuấy đều nước kho, sữa, nước, polenta và ¼ thìa cà phê muối và hạt tiêu trong Nồi Hầm. Nấu chậm, đậy nắp, cho đến khi chất lỏng được hấp thụ và polenta mềm, từ 3 đến 4 giờ, khuấy mỗi giờ. Thêm Parmesan bào và bơ vào, khuấy đều. Che và để yên cho đến khi phục vụ.

b) Làm nóng lò ở nhiệt độ 450°F. Khuấy đều cà chua, dầu ô liu và ¼ thìa cà phê muối và hạt tiêu còn lại. Đặt cà chua lên khay nướng có lót giấy nhôm. Nướng trong lò làm nóng trước cho đến khi cà chua mềm và cháy nhẹ, từ 10 đến 12 phút.

c) Cho cà chua cháy và nước ép vào tô; thêm húng quế và giấm vào, khuấy nhẹ để kết hợp. Chia polenta cho 4 bát; phủ hỗn hợp cà chua, cải xoong và phô mai Parmesan bào lên trên.

## 34. Đậu nghệ và đậu lăng

Tạo ra: 10 CUPS

**THÀNH PHẦN::**

d) 2 chén đậu lima khô, nhặt qua và rửa sạch
e) ½ củ hành tây vàng hoặc đỏ, bóc vỏ và cắt nhỏ
f) 1 quả cà chua, thái hạt lựu
g) 1 miếng gừng gọt vỏ, bào sợi hoặc băm nhỏ
h) 2 tép tỏi, bóc vỏ và xay hoặc băm nhỏ
i) 2 quả ớt xanh Thái, serrano hoặc cayenne, xắt nhỏ
j) 3 củ đinh hương
k) 1 thìa cà phê hạt thì là
l) 1 thìa cà phê bột ớt đỏ hoặc ớt cayenne
m) một muỗng cà phê muối biển thô
n) ½ muỗng cà phê bột nghệ
o) ½ thìa cà phê garam masala
p) 7 cốc nước
q) ¼ chén ngò tươi xắt nhỏ

**HƯỚNG DẪN:**

a) Trong nồi nấu chậm, kết hợp tất cả nguyên liệu trừ ngò.
b) Nấu ở nhiệt độ cao trong 7 giờ hoặc cho đến khi đậu vỡ ra và trở thành kem.
c) Lấy đinh hương ra.
d) Trang trí với rau mùi tươi.

## 35. Risotto với đậu xanh và khoai lang

Tạo ra: 8

**THÀNH PHẦN:**

- 1 củ khoai lang lớn
- 5 tép tỏi, băm nhỏ
- 2 chén gạo lứt hạt ngắn
- 1 muỗng cà phê lá húng tây khô
- 7 chén nước luộc rau ít natri
- 2 chén đậu xanh, cắt làm đôi theo chiều ngang
- 3 muỗng canh bơ không muối
- ½ cốc phô mai Parmesan

**HƯỚNG DẪN:**

a) Trong nồi nấu chậm 6 lít, trộn khoai lang, tỏi, gạo, húng tây và nước dùng.

b) Đậy nắp và nấu trên lửa nhỏ trong 3 đến 4 giờ.

c) Trộn đậu xanh vào.

d) Đậy nắp và nấu trên lửa nhỏ trong 37 phút.

e) Khuấy bơ và phô mai. Đậy nắp và nấu ở nhiệt độ thấp trong 20 phút, sau đó khuấy đều và dùng.

## 36. Đậu lăng cà ri dừa

Tạo ra: 10

**THÀNH PHẦN:**

- 2 chén đậu lăng nâu
- Nước cốt dừa lon 14oz, đầy đủ béo
- 3 thìa bột cà ri
- 2 tép tỏi
- 1 củ hành vàng
- 15oz sốt cà chua
- 1 3/4 lb khoai lang
- 3 chén nước luộc rau
- 2 củ cà rốt
- 15oz cà chua thái hạt lựu nhỏ
- 1/4 thìa cà phê đinh hương xay

**PHỤC VỤ**

- 1/2 củ hành đỏ
- 1/2 bó rau mùi tươi
- 10 chén cơm đã nấu chín

**HƯỚNG DẪN:**

a) Băm tỏi và thái hạt lựu hành tây. Cắt cà rốt gọt vỏ và cắt khoai lang thành khối ¼ đến ½ inch.

b) Trong nồi nấu chậm, kết hợp tỏi, hành tây, khoai lang, cà rốt, đậu lăng, bột cà ri, đinh hương, cà chua thái hạt lựu, nước sốt cà chua và nước luộc rau. Khuấy mọi thứ lại với nhau.

c) Đặt cài đặt nồi nấu chậm ở mức cao trong 4 giờ hoặc thấp trong 7-8 giờ. Khi đậu lăng chín, chúng phải mềm và hấp thụ hầu hết chất lỏng.

d) Trộn đậu lăng và nước cốt dừa vào tô trộn. Điều chỉnh muối hoặc gia vị khác cho vừa ăn.

e) Để phục vụ, cho 1 chén cơm vào tô, sau đó là 1 chén hỗn hợp đậu lăng.

f) Trang trí với hành đỏ thái hạt lựu và ngò tươi.

## 37. Bát cá hồi teriyaki nấu chậm

**Thành phần:**

- 4 cọng sả, bầm tím và cắt thành miếng 4 inch
- 1 củ thì là (khoảng 14 oz.), thái lát
- 4 củ hành lá, cắt đôi theo chiều ngang
- 1/3 cốc nước
- 1/3 chén rượu trắng khô
- 1 (2-lb.) phi lê cá hồi còn da, cắt ở giữa
- 2 1/2 muỗng cà phê muối kosher, chia
- 1 muỗng cà phê tiêu đen, chia
- 12 ounce cải Brussels, cắt làm tư
- 2 muỗng canh dầu ô liu, chia
- 6 ounce nấm đông cô, thái lát
- 1/2 cốc nước ép dứa
- 2 muỗng canh nước tương
- 1 muỗng canh đường nâu
- 1 thìa cà phê bột bắp
- 1 muỗng cà phê hạt vừng
- 3 chén gạo lứt nấu chín
- 1 cốc cà rốt que diêm
- Nêm chanh, để phục vụ

**Hướng:**

a) Gấp đôi mảnh giấy da có kích thước 30 x 18 inch theo chiều dọc; gấp đôi lại theo chiều ngang (đầu ngắn đến đầu ngắn) để tạo thành miếng dày 4 lớp. Đặt giấy da đã gấp vào đáy nồi nấu chậm 6 lít, để các đầu kéo dài một phần lên trên.
b) Đặt một nửa sả, thì là và hành lá thành một lớp đều trên giấy da trong nồi nấu chậm. Thêm nước và rượu. Rắc cá hồi với 1 thìa cà phê muối và 1/2 thìa cà phê tiêu; đặt trên hỗn hợp sả. Top cá hồi với sả, hành lá và thì là còn lại. Đậy nắp và nấu ở mức CAO cho đến khi cá hồi bong ra dễ dàng bằng nĩa, từ 1 đến 2 giờ. Dùng giấy lót giấy da làm tay cầm, nhấc cá hồi ra khỏi nồi nấu chậm, để chất lỏng chảy ra. Đổ hỗn hợp vào nồi nấu chậm. Đặt cá hồi sang một bên.
c) Làm nóng lò ở nhiệt độ 425°F. Trộn cải Brussels với 1 thìa canh dầu ô liu, 1 thìa cà phê muối kosher và 1/2 thìa cà phê tiêu đen lên khay nướng có viền. Nướng trong lò làm nóng trước cho đến khi mềm và bắt đầu giòn, từ 20 đến 25 phút. Đun nóng 1 thìa dầu ô liu còn lại trong chảo ở nhiệt độ vừa phải rồi nấu nấm cùng 1/2 thìa cà phê muối kosher còn lại cho đến khi mềm, từ 3 đến 4 phút. Thêm nấm vào khay nướng cùng với cải Brussels; lau sạch chảo.
d) Nấu nước ép dứa, nước tương, đường nâu và bột ngô trong chảo trên lửa vừa, khuấy liên tục cho đến khi đặc lại, khoảng 3 phút. Quét 1/4 chén nước sốt lên khoảng 1 1/4 pound cá hồi đã nấu chín; rắc hạt vừng.
e) Đặt cá hồi lên khay nướng với nấm và cải Brussels; nướng ở nhiệt độ CAO 6 inch cho đến khi men đặc lại, khoảng 2 phút.
f) Chia gạo lứt cho 4 bát. Phủ đều cá hồi, cải Brussels, nấm và cà rốt que diêm lên trên. Rưới nước sốt còn lại; ăn kèm với chanh.

## 38. Nồi nấu chậm Jambalaya

LÀM 6–8 PHỤC VỤ

**THÀNH PHẦN:**

- 1 ½ pound đùi gà rút xương, rửa sạch, cắt bớt mỡ thừa và cắt thành khối 1 inch
- 3 xúc xích hun khói Cajun (tổng cộng khoảng 14 ounce), cắt thành những viên tròn dày 1/4 inch
- 1 củ hành vừa, xắt nhỏ
- 1 quả ớt chuông xanh, xắt nhỏ
- 1 cọng cần tây, xắt nhỏ
- 3 tép tỏi, băm nhỏ
- 2 muỗng canh bột cà chua
- 1 thìa cà phê gia vị Creole
- 1 thìa cà phê muối
- ½ thìa cà phê tiêu đen mới xay
- ½ muỗng cà phê sốt Tabasco
- ½ muỗng cà phê sốt Worcestershire
- 2 chén nước luộc gà
- 1 ½ chén gạo hạt dài
- 2 pound tôm vừa, bóc vỏ và bỏ chỉ (tùy chọn)

**HƯỚNG DẪN:**

a) Cho tất cả nguyên liệu (trừ tôm, nếu dùng) vào nồi nấu chậm. Khuấy đều, đậy nắp và nấu ở mức thấp trong 5 giờ.

b) Nếu sử dụng tôm, hãy khuấy nhẹ chúng sau 5 giờ nấu và nấu ở nhiệt độ cao thêm từ 30 phút đến 1 giờ hoặc cho đến khi tôm chín nhưng không chín quá.

## 39. Chuck nướng với khoai tây và cà rốt

Tạo ra: 12

**THÀNH PHẦN:**

- 3 muỗng canh dầu ô liu
- 1¼ chén nước dùng thịt bò không muối
- 3 muỗng canh giấm táo
- 1½ muỗng cà phê muối kosher
- 1 bắp cải, bỏ lõi và cắt làm tư
- 3 muỗng canh đường nâu nhạt
- 2 muỗng canh mù tạt đá
- 2 ¼ pound thịt đùi nướng không xương, đã cắt nhỏ
- 3 muỗng canh rau mùi tây lá phẳng, xắt nhỏ
- 4 củ khoai tây vàng Yukon, cắt thành 4 miếng
- 2 tép tỏi, băm nhỏ
- 1 pound cà rốt, gọt vỏ và cắt thành miếng 3 inch
- ¾ thìa cà phê tiêu đen

**HƯỚNG DẪN:**

a) Rắc 1 thìa cà phê muối lên miếng nướng và nướng thịt trong khoảng 4 phút mỗi mặt trong dầu nóng. Chuyển món nướng sang Nồi nấu chậm.
b) Xếp bắp cải, khoai tây và cà rốt xung quanh món nướng.
c) Đánh đều muối, giấm, đường nâu, mù tạt, tỏi và hạt tiêu còn lại rồi rưới lên thịt nướng.
d) Nấu chậm trong 9 giờ.
e) Sau khi tắt Nồi nấu chậm, hãy lấy thịt nướng ra trong khi vẫn giữ rau và nước nấu trong nồi.
f) Cắt miếng thịt nướng thành từng miếng sau khi để yên trong 20 phút.
g) Cắt bắp cải sau khi lấy ra khỏi nồi nấu chậm.
h) Bày bắp cải, khoai tây, cà rốt và thịt thái lát lên đĩa.
i) Rắc rau mùi tây và dùng với nước nấu đã để riêng.

# 40. Thịt Bò & Nấm Nấu Chậm

Tạo ra: 8

**THÀNH PHẦN:**

- ¼ chén bột mì đa dụng
- 1 muỗng canh giấm sherry
- 1½ muỗng cà phê muối kosher
- 3 pound thịt đùi nướng không xương, cắt khối
- 2 chén hành tây đông lạnh, rã đông
- 1 muỗng cà phê hương thảo tươi xắt nhỏ
- Lá oregano tươi
- 2 thìa cà phê húng tây tươi cắt nhỏ, cộng thêm để trang trí
- 1 muỗng cà phê oregano tươi xắt nhỏ
- 5 củ cà rốt vừa, gọt vỏ và thái lát
- Gói 16 ounce nấm cremini tươi, cắt tư
- ¾ chén rượu vang đỏ khô
- ¼ chén dầu ô liu
- 2 thìa cà phê tỏi băm
- 1½ chén nước dùng thịt bò không muối

**HƯỚNG DẪN:**

a) Kết hợp các khối thịt bò với bột mì, tỏi, húng tây, hương thảo, lá oregano và ½ thìa cà phê muối trong túi nhựa có khóa kéo.
b) Đun nóng 2 muỗng canh dầu. Thêm thịt và nấu trong 12 phút.
c) Chuyển thịt bò vào Nồi nấu chậm.
d) Thêm nấm và 2 thìa dầu còn lại vào chảo, xào cho đến khi nấm có màu nâu đậm.
e) Đổ rượu vang đỏ vào trong khi khuấy để loại bỏ những vết nâu còn sót lại dưới đáy chảo.
f) Đổ hỗn hợp nấm vào Nồi nấu chậm.
g) Cho hành tây trân châu, thịt bò kho, cà rốt, hỗn hợp bột còn sót lại vào Nồi nấu chậm và 1 thìa cà phê muối còn lại. Khuấy để kết hợp.
h) Nấu chậm trong khoảng 8 giờ hoặc cho đến khi thịt bò khá mềm.
i) Khuấy giấm vào nước nấu sau khi hớt hết mỡ.
j) Thêm lá oregano tươi, thêm húng tây tươi cắt nhỏ và hương thảo.

# 41. Pot-Au-Feu cổ điển

Tạo ra: 8

**THÀNH PHẦN:**

- 2 muỗng canh dầu ô liu
- ½ muỗng cà phê tiêu đen
- 4 cọng cần tây, thái hạt lựu
- 4 củ cà rốt, gọt vỏ và cắt hạt lựu
- 4 củ khoai tây vàng Yukon, cắt khối
- 4½ cốc nước
- 1 đầu tỏi, cắt đôi theo chiều ngang
- 1¾ thìa cà phê muối kosher
- 5 nhánh húng tây tươi
- 2 pound thịt nướng, bỏ xương và cắt nhỏ
- 3 lá nguyệt quế
- 2 tỏi tây, giảm một nửa theo chiều dọc
- 1 rutabaga, hình khối
- ¼ cốc kem Fraiche
- 1,5 pound sườn bò rút xương, cắt nhỏ
- 2 thìa hẹ tươi thái lát mỏng
- Cornichons
- mù tạt Dijon
- Cải ngựa đã chế biến sẵn

**HƯỚNG DẪN:**

a) Đun nóng chảo chống dính trên lửa vừa phải. Chiên món nướng trong dầu trên chảo nóng, cho đến khi chín vàng các mặt trong 5 phút.
b) Mùa tốt với muối và hạt tiêu.
c) Chuyển món nướng sang Nồi nấu chậm 6 lít.
d) Cho sườn vào chảo nóng và nấu, chuyển sang màu nâu ở tất cả các mặt trong 6 phút.
e) Chuyển sườn vào Nồi nấu chậm, để phần nước xốt vào chảo. Thêm húng tây, lá nguyệt quế, tỏi và nước vào phần nước nhỏ giọt dành riêng trong chảo nóng, khuấy đều để làm bong ra các phần màu nâu ở đáy chảo; đổ vào Nồi nấu chậm.
f) Nấu chậm trong 5 giờ.
g) Trộn rutabaga, tỏi tây, cần tây, khoai tây, cà rốt và rutabaga. Nấu chậm, khoảng 3 giờ.
h) bỏ tỏi, nhánh húng tây và lá nguyệt quế.
i) Cắt miếng thịt nướng và dùng kèm với thịt sườn, nửa củ tỏi tây, cần tây, khoai tây, cà rốt và rutabaga trên đĩa phục vụ.
j) Rưới một lượng nước nấu mong muốn và dùng kèm với kem tươi, hẹ, ngô, mù tạt Dijon, cải ngựa và phần nước nấu còn lại.

## 42. Plov thịt bò nấu chậm

Tạo ra: 6

**THÀNH PHẦN:**

- 3 củ hành bóc vỏ và thái lát
- Nước sôi, 3 cốc
- Dầu thực vật, ½ cốc
- Muối và tiêu
- 10 tép tỏi nguyên củ
- 6 củ cà rốt, gọt vỏ và cắt thành dải dày
- 2 pound thịt bò hầm, hình khối
- 3 chén cơm
- 2 thìa cà phê hạt thì là

**HƯỚNG DẪN:**

a) Chiên hành trong dầu khoảng 5 phút trước khi cho thịt vào.
b) Xếp từng lớp cà rốt và gạo rồi thêm nước nóng vào các thành của Nồi nấu chậm.
c) Thêm muối, hạt tiêu, toàn bộ đinh hương và thì là và trộn.
d) Nấu ở mức thấp trong 2 giờ.
e) Bỏ tép tỏi đi.

## 43. Thịt bò nướng kiểu Pháp

Tạo ra: 10

**THÀNH PHẦN**

- 2 củ hành tây, cắt làm tư
- 1 lá nguyệt quế
- 4 củ cà rốt cắt làm tư
- 4 cốc nước
- 4 tép nguyên
- 2 củ cải cắt tư
- 1 tép tỏi
- 2 cọng cần tây, xắt nhỏ
- Muối, 1 thìa cà phê
- 3 pound thịt bò không xương hoặc thịt mông nướng
- 5 hạt tiêu

**HƯỚNG DẪN:**

a) Trộn thịt nướng, nước, muối, húng tây, đinh hương, hạt tiêu và lá nguyệt quế.
b) Nấu ở mức thấp trong 2 giờ.
c) Thêm các thành phần còn lại và nấu thêm 30 phút nữa.
d) Cắt mỏng thịt bò, sau đó dùng thịt bò và rau với nước dùng.

## 44. Súp rau Hamburger

Tạo ra: 6

**THÀNH PHẦN**:

- 2 chén khoai tây, thái hạt lựu
- 4 cốc cà chua đóng hộp
- 1 pound thịt bò xay
- 1 ½ chén cần tây thái lát
- ½ chén cơm
- 5 cốc nước
- 1 chén hành tây, thái hạt lựu
- 2 chén bắp cải thái nhỏ
- 1 lá nguyệt quế

**HƯỚNG DẪN:**

a) Xào hành tây bằng chảo rồi cho thịt bò vào xào chín.

b) Thêm các nguyên liệu còn lại và Nấu ở mức thấp trong 1 giờ hoặc cho đến khi chúng mềm.

## 45. Món hầm Astoria Waldorf

Tạo ra: 6

**THÀNH PHẦN**:

- 3 thìa bột sắn phút
- 4 củ khoai tây, nêm theo chiều dọc
- 1 chén cần tây, thái lát
- 2 củ hành tây thái hạt lựu
- 1 lon nước súp
- Muối, 1 thìa cà phê
- 2 pound bít tết tròn, cắt khối
- Súp cà chua 10 ounce
- 2 cốc cà rốt, thái lát

**HƯỚNG DẪN:**

a) Trong Nồi nấu chậm, sắp xếp rau xung quanh những miếng thịt nhỏ.

b) Thêm muối và bột sắn.

c) Thêm nước và súp vào nấu khoảng 1 giờ.

# 46. Thịt nướng nồi

Tạo ra: 10

**THÀNH PHẦN**

- ½ chén nước hoặc nước luộc thịt bò
- 3 củ cà rốt, xắt nhỏ
- 3 củ khoai tây, gọt vỏ và cắt làm đôi
- 1 thìa cà phê hạt tiêu
- 2 củ hành tây, giảm một nửa
- 4 pound thịt thăn nướng hoặc thịt bò nướng
- Muối, 1 thìa cà phê

**HƯỚNG DẪN:**

a) Với một ít dầu, chiên chín vàng trong chảo.
b) Nêm muối và hạt tiêu rồi chuyển vào Nồi nấu chậm.
c) Rải một ít rau xung quanh món nướng.
d) Nấu dưới nắp trong 4 giờ

## 47. Thịt ức nấu chậm

Tạo ra: 10

**THÀNH PHẦN**

- 4 pound thịt ức bò
- 3 thìa bột mì
- Muối và tiêu

**HƯỚNG DẪN:**

a) Nấu ở mức thấp trong 6 giờ ở 250 độ.

b) Trộn nước trái cây, bột mì, muối và hạt tiêu để làm nước sốt rồi rưới nước sốt lên ức.

# 48. Thịt nướng Thụy sỹ

Tạo ra: 10

**THÀNH PHẦN**

- Bít tết tròn nặng 3 pound
- 3 cọng cần tây, gọt vỏ và cắt nhỏ
- 3 thìa bơ
- ½ cốc nước sốt cà chua
- Muối, 1 thìa cà phê
- 1 muỗng canh rau mùi tây xắt nhỏ
- 1 củ hành tây, xắt nhỏ

**HƯỚNG DẪN:**

a) Làm chín bơ bít tết trong vài phút.

b) Thêm hành tây, rau mùi tây, cần tây và nước sốt cà chua vào nấu trong 2 giờ, đậy nắp lại.

## 49. Bít tết hành tây Thụy Sĩ

Tạo ra: 10

**THÀNH PHẦN**

- 1 thìa cà phê muối
- Bít tết tròn nặng 3 pound
- 1 thìa cà phê hạt tiêu
- 2 gói súp hành trộn
- 20 ounce cà chua

**HƯỚNG DẪN:**

a) Muối và tiêu cho miếng bít tết, sau đó cắt thành từng miếng vừa ăn và cho vào Nồi nấu chậm.

b) Xếp cà chua lên trên và thêm hỗn hợp súp hành tây.

c) Nấu ở mức thấp, đậy nắp trong khoảng ba giờ.

# 50. Hamburger hầm

Làm: 10 - 12

**THÀNH PHẦN**

- 1 lon bánh quy
- 2 pound thịt bò xay
- 1 củ hành tây
- 2 tép tỏi; băm nhỏ
- 28 oz. Cà chua nghiền
- 2 củ khoai tây, xắt nhỏ
- 2 cọng cần tây
- 2 cốc nước
- Muối và tiêu
- 2 củ cà rốt, xắt nhỏ

**HƯỚNG DẪN:**

a) Dùng chảo xào thịt với hành và tỏi. Chuyển sang Nồi nấu chậm.
b) Thêm cà chua và rau.
c) Nấu trong 1 giờ và sau đó dùng kèm với bánh quy giòn ở trên món hầm.

## 51. Xúc xích thịt lợn Bolognese

Tạo ra: 8

**THÀNH PHẦN:**

- ½ muỗng cà phê tiêu đen
- 1 pound thịt lợn nạc xay
- ¼ chén bột cà chua
- 8 ounce xúc xích thịt lợn Ý nhẹ, đã loại bỏ vỏ
- ¼ chén rượu vang đỏ khô
- Gói cà chua căng 26,46 ounce
- 2 chén hành vàng xắt nhỏ
- 1 cốc cà rốt thái nhỏ
- 16 ounce mì ống penne làm từ lúa mì nguyên hạt chưa nấu chín
- 3 tép tỏi, băm nhỏ
- 2 ounce phô mai Parmesan, bào
- 1 thìa cà phê muối kosher
- ¼ chén lá húng quế tươi, rách
- 2 muỗng canh oregano tươi xắt nhỏ

**HƯỚNG DẪN:**

a) Đặt chảo chống dính lên lửa vừa.
b) Thêm thịt lợn xay và xúc xích. Nấu thịt trong khoảng 7 phút trong khi đảo thịt cho nát.
c) Xả thật kỹ trước khi cho hỗn hợp thịt vào Nồi nấu chậm.
d) Thêm muối, hạt tiêu, tỏi, rượu vang đỏ, bột cà chua, hành tây, cà rốt và cà chua.
e) Nấu chậm ở mức thấp trong khoảng 8 giờ.
f) Chuẩn bị mì ống theo hướng dẫn trên bao bì.
g) Rưới nước sốt thịt lên trên mì ống và phủ phô mai, húng quế và lá oregano lên trên.

## 52. Thăn lợn sốt táo

Tạo ra: 12

**THÀNH PHẦN**

- 3 nhánh hương thảo
- 1 thìa cà phê muối
- 1 thìa cà phê hạt tiêu
- 2 thìa dầu thực vật
- 2 muỗng canh mù tạt Dijon
- 1 miếng thịt lợn thăn nướng không xương
- 1 cốc nước sốt táo
- 1 thìa mật ong

**HƯỚNG DẪN:**

a) Chà thịt nướng với muối và hạt tiêu, nước sốt táo, mù tạt và mật ong.

b) Đặt món nướng bằng Nồi nấu chậm và phủ lên trên những nhánh hương thảo.

c) Nướng trong 2 giờ.

## 53. Thịt lợn ớt trong nồi nấu chậm

Tạo ra: 8

**THÀNH PHẦN**

- 1 thìa cà phê đường
- Thì là, 1 thìa cà phê
- 2 thìa cà phê lá oregano
- Muối, 1 thìa cà phê
- 3 pound thịt lợn không xương, cắt khối
- 3 thìa cà phê bột cà chua
- 2 củ hành tây, xắt nhỏ
- Tỏi băm, 2 tép
- 2 muỗng canh dầu salad
- Kem tươi, ½ cốc
- Nước, 1 cốc

**PHỤC VỤ**

- bánh tortilla
- Trái bơ
- Kem chua

**HƯỚNG DẪN:**

a) Thịt lợn nâu trong nồi nấu chậm với dầu.

b) Thêm hành tây, tỏi, ớt bột, thì là và lá oregano.

c) Cho thịt lợn trở lại chảo cùng với nước, đường, muối và tương cà chua.

d) Thêm kem và nấu ở mức thấp trong 1 giờ.

## 54. Đậu trắng và xúc xích

Tạo ra: 4

**THÀNH PHẦN:**

- 6 ounce xúc xích thịt lợn Ý, bỏ vỏ và vò nát
- ¾ chén hành vàng xắt nhỏ
- 2 muỗng canh bột cà chua
- 30 ounce đậu cannellini, để ráo nước và rửa sạch
- ¼ chén cần tây xắt nhỏ
- ¼ cốc cà rốt que diêm
- 2 muỗng canh, cộng thêm 1 muỗng cà phê húng tây tươi cắt nhỏ
- 14½-ounce lon cà chua thái hạt lựu nướng lửa không thêm muối, không ráo nước
- ¾ thìa cà phê tiêu đen
- ⅛ muỗng cà phê muối kosher
- 1 chén nước luộc gà không muối
- 2 muỗng cà phê dầu ô liu
- ⅓ cốc panko, nướng

**HƯỚNG DẪN:**

a) Xào xúc xích trong chảo chống dính ở lửa vừa trong khoảng 2 phút.
b) Thêm hành tây, cà rốt, cần tây và 2 thìa húng tây vào nấu thêm 5 phút nữa.
c) Thêm bột cà chua, cà chua, hạt tiêu và muối; đun sôi trên lửa vừa phải.
d) Chuyển hỗn hợp xúc xích vào Nồi nấu chậm 6 lít; khuấy trong nước luộc gà. Nghiền ½ cốc đậu đã rửa sạch. Thêm đậu nghiền và đậu nguyên hạt vào Nồi nấu chậm.
e) Nấu chậm trong 4 giờ.
f) Chia hỗn hợp xúc xích cho 4 bát; phủ panko nướng và húng tây lên trên, rồi dùng ngay.

# 55. Đậu Pinto cay và xúc xích ớt

Tạo ra: 2,5 QUARTS

**THÀNH PHẦN**

- 1 pound xúc xích nóng
- ½ pound đậu pinto khô, nấu chín
- 1 pound thịt bò xay
- 1 thìa cà phê rau mùi
- 1 lít nước ép cà chua
- 2 củ hành tây, xắt nhỏ
- Tỏi băm, 2 tép
- 6 ounce bột cà chua
- 3 thìa ớt bột
- 5 lá nguyệt quế
- Muối, 1 thìa cà phê
- Sốt Worcestershire, 1 muỗng canh
- 1 muỗng canh giấm
- ½ thìa cà phê bột thì là
- 1 thìa cà phê tiêu
- 1 thìa cà phê hạt tiêu xay
- 1 muỗng canh mù tạt khô
- một nhúm ớt đỏ
- 1 muỗng cà phê bột quế
- một chút nước sốt nóng

**HƯỚNG DẪN:**

a) Trộn thịt bò, hành tây và tỏi bằng Nồi nấu chậm.
b) Thêm các thành phần khác và nấu ở mức thấp trong 1 giờ.
c) Vứt bỏ lá nguyệt quế trước khi dùng.

# 56. Ragout thịt lợn trên Casarecce Pasta

Tạo ra: 12

**THÀNH PHẦN:**

- 2 pound thịt vai lợn không xương nướng, cắt nhỏ
- 1 thìa cà phê tiêu đen
- 2 muỗng canh lá oregano, xắt nhỏ
- 2 muỗng canh mù tạt Dijon
- 1 muỗng canh giấm rượu vang đỏ
- 2 pound mì ống chưa nấu chín
- 1½ muỗng canh hương thảo tươi, xắt nhỏ
- 1 muỗng canh muối kosher
- 2 muỗng canh dầu hạt cải
- 3 chén cải xoăn Lacinato cắt nhỏ
- 2 thìa tỏi tươi băm nhỏ
- 6 củ hẹ vừa, giảm một nửa theo chiều dọc
- 1 chén rượu vang đỏ khô
- ¼ chén bột cà chua
- ⅔ chén nước luộc gà không muối
- Cà chua mận nguyên vỏ không ướp muối 28 ounce, không ráo nước

**HƯỚNG DẪN:**

a) Chà thịt lợn với hạt tiêu và 2 muỗng cà phê muối. Đun nóng dầu trong chảo trên lửa vừa phải; thêm thịt lợn vào và nấu cho đến khi chín vàng các mặt, khoảng 2 phút mỗi mặt. Chuyển sang Nồi nấu chậm, đặt phần nước nhỏ giọt vào chảo.
b) Giảm nhiệt ở mức trung bình và thêm hẹ, tỏi, hương thảo và lá oregano vào chảo. Xào khoảng 3 phút.
c) Thêm bột cà chua vào và nấu, khuấy liên tục cho đến khi sẫm màu khoảng 1 phút. Thêm rượu vang đỏ vào và đun sôi; nấu cho đến khi giảm một nửa, khoảng 5 phút.
d) Kết hợp nước luộc gà và mù tạt rồi cho vào chảo trong vài phút.
e) Chuyển lượng chứa trong chảo vào Nồi nấu chậm.
f) Cho cà chua vào Nồi nấu chậm và khuấy đều để nghiền nát cả quả cà chua.
g) Nấu chậm cho đến khi thịt lợn chín và mềm khi dùng nĩa đâm vào, khoảng 7 giờ. Gắp thịt heo ra đĩa, xé nhỏ.
h) Tăng nhiệt độ của nồi nấu chậm lên CAO. Khuấy thịt lợn băm nhỏ, cải xoăn và 1 muỗng cà phê muối còn lại. Đậy nắp và nấu cho đến khi cải xoăn mềm, khoảng 5 phút. Khuấy giấm.
i) Nấu mì ống theo hướng dẫn trên bao bì. Phục vụ ragout trên mì ống.

## 57. cúp đậu thịt bò nấu nhừ

Tạo ra: 6

**THÀNH PHẦN**

- 2 pound bít tết tròn không xương, cắt khối
- Nước sốt cà chua 8 ounce
- 1 pound thịt lợn, cắt khối
- 1 thìa cà phê tiêu đen
- 1 muỗng canh dầu thực vật
- ⅓ chén ớt bột
- 1 chén hành tây, thái hạt lựu
- 1 thìa cà phê cây xô thơm
- 1 muỗng canh ớt bột
- Lon nước luộc thịt bò 28 ounce
- 2 thìa cà phê bột tỏi
- 1 thìa cà phê đường nâu
- 2 thìa thì là
- 1 thìa cà phê húng tây
- 1 muỗng cà phê mù tạt khô

**HƯỚNG DẪN:**

a) Đun nóng dầu; thêm thịt bò và thịt lợn vào và chiên vàng cả hai mặt, Chuyển sang Nồi nấu chậm.

b) Thêm hạt tiêu. nước dùng thịt bò và sốt cà chua.

c) Thêm bột ớt, mù tạt khô, hành tây, thì là, ớt bột, đường nâu và bột tỏi.

d) Nấu trong 1 giờ ở mức thấp hoặc cho đến khi thịt cực kỳ mềm.

## 58. Thịt lợn và ớt xanh

Tạo ra: 6

**THÀNH PHẦN**

- 2 cọng cần tây, xắt nhỏ
- 2 quả cà chua, xắt nhỏ
- ½ cốc ớt xanh Ortega
- Thịt lợn, 2 pound
- 6 tép tỏi, băm nhỏ
- 3 muỗng canh sốt tiêu jalapeno

**HƯỚNG DẪN:**

a) Chiên thịt lợn trong dầu trong chảo cỡ vừa rồi chuyển sang Nồi nấu chậm.
b) Thêm các thành phần còn lại.
c) Thêm một hoặc hai cốc nước.
d) Nấu trên lửa nhỏ trong 1 giờ.

## 59. Chân cừu om tỏi Gremolata

Tạo ra: 6

**THÀNH PHẦN:**

- 5 muỗng canh dầu ô liu nguyên chất
- 3 chén hành vàng xắt nhỏ
- 1 đầu tỏi
- 2 chén rượu vang đỏ khô
- 1 cốc cà rốt xắt nhỏ
- 2 thìa cà phê vỏ chanh
- 3 (20-ounce) đùi cừu, đã cắt nhỏ
- 1½ muỗng cà phê muối kosher
- ¼ chén mùi tây lá phẳng tươi thái nhỏ
- 5 tép tỏi, đập dập
- 1½ thìa cà phê tiêu đen
- 1 muỗng canh dầu hạt cải
- ¼ cốc panko, nướng

**HƯỚNG DẪN:**

a) Xoa một thìa cà phê muối và hạt tiêu lên thịt cừu.
b) Khuấy dầu hạt cải vào chảo.
c) Thêm thịt cừu, cà rốt và hành tây vào đun nóng trong 6 phút, cho các mặt chuyển sang màu nâu.
d) Đổ rượu vào chảo trong khi khuấy để loại bỏ những phần màu nâu ở đáy.
e) Loại bỏ phần nước còn sót lại trong chảo, cho thịt cừu vào Nồi nấu chậm.
f) Đặt đầu tỏi vào Nồi nấu chậm sau khi gói chặt trong giấy nhôm.
g) Nấu chậm trong 7 giờ.
h) Lấy đầu tỏi ra khỏi nồi nấu chậm.
i) Thêm dầu ô liu còn lại và muối còn lại rồi ép tỏi.
j) Thêm panko, rau mùi tây và vỏ chanh.
k) Tách thịt cừu ra khỏi xương và dùng với hỗn hợp tỏi.

## 60. Thịt cừu sốt lựu và ngò bạc hà

Tạo ra: 6

**THÀNH PHẦN:**

- 1½ muỗng cà phê muối kosher
- ½ chén hạt lựu
- 3 (20-ounce) đùi cừu, đã cắt nhỏ
- 3 chén hành tây vàng thái lát
- 1 tép tỏi
- ⅓ chén nước dùng bò không muối
- 2 muỗng canh nước nóng
- ½ chén lá bạc hà tươi đóng gói lỏng lẻo
- ¼ chén dầu ô liu nguyên chất
- ½ chén lá ngò tươi đóng gói lỏng lẻo
- 2 thìa cà phê bột nghệ
- 2 muỗng canh giấm táo

**HƯỚNG DẪN:**

a) Rắc đều bột nghệ và 1 thìa cà phê muối lên đùi cừu.
b) Cho đùi cừu vào Nồi nấu chậm.
c) Thêm nước dùng và hành tây.
d) Nấu chậm trong 7 tiếng rưỡi.
e) Cho bạc hà và ngò vào máy xay thực phẩm nhỏ rồi thêm nước nóng.
f) Xử lý hỗn hợp thảo mộc cho đến khi mịn trước khi thêm dầu, giấm, tỏi và lượng muối còn lại.
g) Bỏ xương cừu ra, dùng thịt cừu với hạt lựu và rưới hỗn hợp thảo mộc lên thịt.

## 61. Vịt dưa cải

Tạo ra: 4

**THÀNH PHẦN**

- 2 củ hành tây, cắt làm tư
- Đường nâu, 3 muỗng canh
- Nhấm muối và hạt tiêu
- 1 cốc nước
- Vịt trò chơi, 1 con
- 2 phần tư dưa cải bắp

**HƯỚNG DẪN:**

a) Kết hợp mọi thứ và nấu ở mức thấp trong 2 giờ.

## 62. Gà óc chó

Tạo ra: 4

**THÀNH PHẦN**

- 2 cốc nước
- 1 củ hành tây, xắt nhỏ
- 2 chén bông cải xanh đông lạnh
- 1 chén cơm
- 1 thìa cà phê gừng xay
- Tiêu nhúm
- 1 cốc hạt điều giảm một nửa
- 1 pound ức gà, không da, cắt khối
- 1 lon nấm thái lát, để ráo nước

**HƯỚNG DẪN:**

a) Sử dụng Nồi nấu chậm, kết hợp tất cả nguyên liệu trừ hạt điều.
b) Nấu trong 2 giờ.
c) Rắc hạt điều lên trên.

## 63. Súp gà nấu chậm

Tạo ra: 8

**THÀNH PHẦN**

- 2 thìa hẹ xắt nhỏ
- 3 cân gà rán
- ½ muỗng cà phê tarragon, cắt nhỏ
- 2 cốc cà chua xắt nhỏ
- 1 chén hạt ngô
- ½ chén hành lá, xắt nhỏ
- 1 muỗng cà phê húng quế, xắt nhỏ
- ½ chén đậu Hà Lan đã bóc vỏ
- 6 chén nước luộc gà đã khử chất béo
- ½ chén khoai lang thái hạt lựu
- ½ chén rượu sherry khô

**HƯỚNG DẪN:**

a) Nấu các miếng thịt gà trong rượu sherry khoảng 10 phút trong chảo rồi cho cà chua, ngô, hành lá và khoai lang vào.

b) Nấu trong 5 phút sau khi thêm đậu Hà Lan, hành lá, húng quế, ngải giấm và ớt.

c) Thêm miếng thịt gà, nước và nước dùng rồi chuyển vào Nồi nấu chậm.

d) Nấu ở mức thấp trong 1 giờ.

## 64. Chicken Soup và lúa mạch

Tạo ra: 6

**THÀNH PHẦN**:

- 1 chén hành tây, thái hạt lựu
- 1 con gà quay, cắt nhỏ và luộc chín
- ½ chén lúa mạch
- 1 viên nước luộc gà
- Muối, 1 thìa cà phê
- ½ thìa cà phê tiêu
- 1 thìa cà phê xô thơm khô
- 2 cốc cà rốt xắt nhỏ
- 1 muỗng cà phê gia vị gia cầm
- 1 chén cần tây xắt nhỏ
- 1 lá nguyệt quế

**HƯỚNG DẪN:**

a) Thêm tất cả nguyên liệu vào Nồi nấu chậm.
b) Nấu ở mức thấp trong khoảng 1 giờ.
c) Loại bỏ lá nguyệt quế.

## 65. Ức gà tây tráng men màu mù tạt

Tạo ra: 12

**THÀNH PHẦN:**

- 2 muỗng canh mù tạt Dijon
- Ức gà tây nguyên xương nặng 6 pound
- 1 thìa cà phê muối kosher
- ½ chén nước luộc gà không muối
- ¼ thìa cà phê tiêu đen
- 1 cốc rượu táo
- 3 nhánh húng tây tươi
- ⅓ cốc xi-rô phong nguyên chất
- 5 thìa cà phê bột bắp
- 2 muỗng canh nước
- 1 muỗng canh giấm táo
- Lá húng tây tươi

**HƯỚNG DẪN:**

a) Đun sôi nhánh táo và húng tây; bỏ nhánh húng tây đi.
b) Khuấy xi-rô cây thích và mù tạt.
c) Đặt gà tây vào Nồi nấu chậm 6 lít.
d) Xoa ¾ thìa muối dưới da.
e) Đổ hỗn hợp rượu táo lên gà tây trong Nồi nấu chậm.
f) Đậy nắp và nấu ở mức CAO, khoảng 3 giờ 30 phút.
g) Trang trí với lá húng tây.

## 66. Bát mì ramen gà và rau

Tạo ra: 6

**THÀNH PHẦN:**

- 2 pound ức gà không da, có xương
- ½ chén bạc hà tươi cắt nhỏ
- Gói 8 ounce bún gạo nấu chín
- ½ chén ngò tươi xắt nhỏ
- 6 chén nước luộc gà không muối
- 1 quả ớt Fresno đỏ, thái lát mỏng
- 3 muỗng canh miso trắng
- ½ thìa cà phê muối kosher
- ¼ chén hành lá thái mỏng, chỉ lấy phần xanh
- 2 chén bắp cải thái nhỏ đóng gói
- 1 muỗng canh dầu hạt cải
- 1½ cốc cà rốt que diêm
- Gói 8 ounce nấm đông cô tươi thái lát
- 2 muỗng cà phê dầu mè nướng

**HƯỚNG DẪN:**

a) Trong chảo không dính, đun nóng dầu hạt cải trên lửa vừa.
b) Nấu gà cho đến khi có màu nâu nhạt, khoảng 3 phút mỗi mặt.
c) Đặt gà vào nồi nấu chậm.
d) Thêm nước kho và miso.
e) Cho bắp cải, cà rốt và nấm vào tô trộn.
f) Nấu, đậy nắp, trong 3 giờ hoặc cho đến khi gà chín.
g) Lấy gà ra khỏi nồi nấu chậm và để nguội.
h) Loại bỏ và loại bỏ xương.
i) Xé thịt gà thành từng miếng vừa ăn rồi khuấy đều với hỗn hợp nước dùng trong Nồi nấu chậm.
j) Chia mì vào sáu bát.
k) Đổ hỗn hợp thịt gà và nước dùng lên trên mì.
l) Phân bố đều các lát hành lá, bạc hà, ngò và ớt.
m) Rưới đều dầu mè lên mỗi khẩu phần.

## 67. Cá chẽm luộc với gia vị cà chua-thì là

Tạo ra: 4

**THÀNH PHẦN:**

- 2 củ hẹ, cắt làm tư
- 1 ly nước
- 2 muỗng canh nụ bạch hoa để ráo nước và rửa sạch
- 4 phi lê cá chẽm còn da
- 1 thìa cà phê tiêu đen nứt
- ½ cốc nước cốt chanh tươi
- 6 nhánh húng tây tươi
- ½ chén củ thì là thái lát mỏng
- ½ thìa cà phê muối kosher
- 1 cốc rượu vang trắng
- 4 muỗng canh dầu ô liu nguyên chất
- 2 muỗng canh nước ngâm bạch hoa từ lọ
- 1 muỗng cà phê hạt thì là
- 10 ounce cà chua bi nhiều màu cắt đôi

**HƯỚNG DẪN:**

a) Trong Nồi nấu chậm 3 đến 4 lít, kết hợp hẹ tây, rượu vang, nước, nước cốt chanh, rượu nụ bạch hoa, hạt tiêu, hạt thì là, 4 nhánh húng tây và 2 muỗng canh dầu.

b) Nấu trong 2 giờ.

c) Trong một bát trộn, trộn húng tây cắt nhỏ, hẹ tây thái lát, cà chua bi, thì là thái lát, nụ bạch hoa và 2 thìa dầu còn lại.

d) Đặt cá vược vào nồi nấu chậm, mặt da hướng lên trên và nhúng vào hỗn hợp rượu.

e) Nấu trong 15 đến 25 phút hoặc cho đến khi cá bong ra dễ dàng bằng nĩa.

f) Nêm cá với muối và hạt tiêu rồi dùng kèm với gia vị cà chua-thì là.

## 68. Cá bơn cà ri dừa kiểu Thái

Tạo ra: 6

**THÀNH PHẦN:**

- 2 muỗng canh dầu hạt cải
- 1 chén gạo lứt chưa nấu chín
- 1 cốc nước cốt dừa đóng hộp
- ¼ chén húng quế tươi thái lát mỏng
- 1½ cốc nước
- 1 chén ớt chuông xanh xắt nhỏ
- 2 thìa tỏi băm
- 2½ muỗng canh bột cà ri đỏ kiểu Thái
- 1½ pound phi lê cá bơn không da
- 2 củ khoai lang, gọt vỏ và cắt khối
- Cà chua thái hạt lựu 14½ ounce, không ráo nước
- ¼ thìa cà phê muối kosher

**HƯỚNG DẪN:**

a) Cho khoai lang vào lò vi sóng ở chế độ CAO trong 5 đến 6 phút, dừng khuấy sau 3 phút.
b) Trong Nồi nấu chậm 6 lít, rắc dầu vào cơm và khuấy đều để cơm ngấm đều.
c) Khuấy cà chua, nước, ớt chuông, tỏi và khoai lang.
d) Nấu, đậy nắp, ở mức CAO trong 3 giờ.
e) Cho nước cốt dừa và bột cà ri vào hỗn hợp cơm một cách nhẹ nhàng.
f) Nấu, đậy nắp, ở mức CAO trong 15 phút hoặc cho đến khi chất lỏng được hấp thụ gần hết.
g) Đặt cá lên trên hỗn hợp gạo và nêm muối.
h) Nấu, đậy nắp ở mức CAO trong 20 phút hoặc cho đến khi cá hồi bong ra dễ dàng bằng nĩa.
i) Dọn cá với hỗn hợp cơm và rắc đều húng quế.

## 69. Cá Tuyết Với Mứt Cà Chua-Balsamic

Tạo ra: 4

**THÀNH PHẦN:**

- 1 muỗng canh giấm balsamic
- 2 cốc cà chua bi, giảm một nửa
- 1 thìa mật ong
- ¼ chén lá mùi tây lá phẳng tươi
- 1 chén hành ngọt xắt nhỏ
- 1 muỗng cà phê lá húng tây tươi
- ½ muỗng cà phê tiêu đen
- 3 ounce pancetta thái hạt lựu
- 4 phi lê cá tuyết không da

**HƯỚNG DẪN:**

a) Nấu pancetta cho đến khi giòn, khoảng 5 phút.
b) Đặt pancetta và nước nhỏ giọt vào nồi nấu chậm 5 lít.
c) Khuấy hành tây, cà chua, giấm và mật ong cho đến khi kết hợp tốt.
d) Nấu, đậy nắp một phần, ở mức CAO trong 4 giờ.
e) Trong một đĩa trộn, kết hợp húng tây và hạt tiêu đen.
f) Rắc lên trên phi lê cá.
g) Đặt cá vào Nồi nấu chậm lên trên nước sốt cà chua; đậy nắp hoàn toàn và Nấu ở mức thấp ở mức THẤP trong 25 phút hoặc cho đến khi cá bong ra dễ dàng bằng nĩa.
h) Ăn cá với mứt cà chua và trang trí với rau mùi tây.

## 70. Cá hấp

Làm: 4 PHỤC VỤ

**THÀNH PHẦN**

- 3½ cốc dashi hoặc nước
- 2 chén gạo đen đã nấu chín
- 1 chén rượu trắng khô
- 1 miếng kombu, 3 x 3 inch
- 1 thìa cà phê bột nghệ
- 2 lá nguyệt quế
- 2 thìa rong biển khô
- muối kosher
- 2 phi lê cá chẽm đen hoặc cá hồng hấp
- 5 ounce nấm đông cô, cắt làm đôi
- 2 chén măng đậu
- 2 củ cải đỏ, cắt nhỏ
- 2 thìa lá bạc hà cắt nhỏ

**HƯỚNG DẪN:**

a) Kết hợp nước dùng, gạo, rượu vang, kombu, muối, bột nghệ, lá nguyệt quế và rong biển trong Nồi nấu chậm.
b) Nấu ở mức thấp trong 1 giờ.
c) Đặt cá lên cơm, sau đó cho nấm lên trên.
d) Thêm bạc hà, củ cải và chồi đậu để trang trí.

## 71. Bánh quy tôm hùm nấu chậm

Tạo ra: 4

**THÀNH PHẦN**

- 1 củ hành tây, xắt nhỏ
- 5 thìa bơ
- 3 củ tỏi tây xanh, thái lát
- 1 chén tôm hùm, thái nhỏ
- 2 củ cà rốt, gọt vỏ và thái hạt lựu
- 2 cốc nước nghêu
- 3 chén tách vỏ và đuôi tôm hùm
- 1 quả cà chua, bỏ hạt, gọt vỏ và cắt nhỏ
- 1 chén hàu

**HƯỚNG DẪN:**

a) Xào tỏi tây, hành tây, cà chua và cà rốt với một ít bơ.

b) Chuyển sang Nồi nấu chậm cùng với vỏ tôm hùm và nước hàu và nấu ở nhiệt độ thấp trong 1 giờ.

c) Loại bỏ vỏ và loại bỏ chúng.

d) Thêm chất lỏng còn lại trong khi khuấy mạnh; đun sôi.

e) Thêm Hàu, rau và thịt tôm hùm vào nấu không đậy nắp trong khoảng 10 phút.

## 72. Rau và cá nấu chậm

Tạo ra: 4

**THÀNH PHẦN**

- Dầu ô liu, 3 muỗng canh
- 4 chén hành tây, thái hạt lựu
- 1 chén cần tây, xắt nhỏ
- 2 chén rau mùi tây xắt nhỏ
- 1 chén ớt chuông, xắt nhỏ
- Hành lá cắt nhỏ, 3 chén
- 1 cốc cà rốt thái nhỏ
- 1 thìa tỏi băm
- Nước chanh, 2 muỗng canh
- 1 muỗng canh nước tương
- Sốt Worcestershire, 2 muỗng canh
- 1 muỗng canh nước sốt nóng
- 2 ly rượu
- 6 thìa muối
- 4 pound cá, băm nhỏ
- 12 cốc nước

**HƯỚNG DẪN:**

a) Đun nóng dầu rồi xào cà rốt thái nhỏ, hành tây, cần tây, ớt chuông và rau mùi tây.

b) Thêm nước cốt chanh và tỏi.

c) Chuyển sang Slow Cooker với các nguyên liệu còn lại.

d) Nấu ở mức thấp trong 1 giờ.

## 73. Súp súp lơ nghệ vàng

Tạo ra: 4

**THÀNH PHẦN**

- 3 tép tỏi, băm nhỏ
- 3 muỗng canh dầu hạt nho
- ⅛ muỗng canh ớt đỏ nghiền nát
- 1 thìa nghệ
- ¼ cốc nước cốt dừa nguyên chất
- 6 chén hoa súp lơ
- 1 thìa bột thì là
- 1 củ hành tây hoặc thì là, băm nhỏ
- 3 chén nước luộc rau

**HƯỚNG DẪN:**

a) Kết hợp và nấu ở mức thấp trong 1 giờ.

## 74. Súp giải rượu nấu chậm

Tạo ra: 6

**THÀNH PHẦN**

- dưa cải bắp đóng hộp 16 ounce; rửa sạch
- 2 lát thịt xông khói, nấu chín
- 4 chén nước luộc thịt bò
- ½ pound xúc xích Ba Lan; thái lát và nấu chín
- 1 củ hành tây; băm nhỏ
- 1 muỗng cà phê hạt caraway
- 2 quả cà chua; băm nhỏ
- 1 quả ớt chuông; băm nhỏ
- 2 cọng cần tây; cắt lát
- 2 thìa cà phê ớt bột
- 1 chén nấm, thái lát
- ½ cốc kem chua

**HƯỚNG DẪN:**

a) Kết hợp các thành phần trong Nồi nấu chậm.

b) Nấu trong 1 giờ ở mức thấp.

## 75. **Bò hầm bia đen**

Tạo ra: 6

**THÀNH PHẦN**

- 2 pound thịt bò om, cắt nhỏ và thái lát
- 2 củ hành tây, xắt nhỏ
- Bột mì đa dụng, 2 muỗng canh
- Tỏi băm, 2 tép
- ¼ chén mùi tây xắt nhỏ
- 1 thìa cà phê tiêu xay
- 1 cốc bia mạnh
- 2 củ cà rốt, thái lát
- Dầu ô liu, 3 muỗng canh
- 1 chén nước luộc thịt bò
- Bột cà chua, 2 muỗng canh
- Húng tây, 2 muỗng cà phê

**HƯỚNG DẪN:**

a) Trộn thịt, hạt tiêu, 1 thìa dầu và bột mì rồi khuấy đều cho đến khi thịt được phủ đều.

b) Đun nóng lượng dầu còn lại và làm chín thịt cùng với bột cà chua, hành tây, tỏi, cá mập, nước dùng, cà rốt và húng tây.

c) Chuyển sang Nồi nấu chậm và nấu trong 3 giờ, đậy nắp.

d) Phục vụ trang trí với rau mùi tây.

## 76. Súp gừng cà rốt nấu chậm

Tạo ra: 6

**THÀNH PHẦN**

- Nhúm muối Kosher và tiêu đen xay
- 3 tép tỏi
- ¼ chén lá bạc hà
- 1 muỗng cà phê ớt bột xông khói
- ⅓ cốc kem đặc
- 1 củ hành ngọt, xắt nhỏ
- 2 pound cà rốt, gọt vỏ và cắt nhỏ
- ⅓ chén lá rau mùi
- 2 lá nguyệt quế
- 2 thìa nước cốt chanh
- 1 củ khoai lang, gọt vỏ và cắt nhỏ
- 6 chén nước luộc rau
- 1 miếng gừng, gọt vỏ và thái lát
- ¼ thìa cà phê ớt bột xông khói

**HƯỚNG DẪN:**

a) Sử dụng Nồi nấu chậm, trộn cà rốt, khoai lang, hành tây, tỏi, gừng, ớt bột, lá nguyệt quế và nước dùng. Nêm với muối và hạt tiêu.

b) Nấu ở mức thấp trong 1 giờ.

c) Thêm nước cốt chanh, bạc hà và rau mùi.

d) Loại bỏ lá nguyệt quế và sau đó xay nhuyễn chúng bằng máy xay.

e) Ăn kèm với một ít kem.

## 77. Súp khoai tây kiểu Đức

Tạo ra: 6

**THÀNH PHẦN**:

- 6 cốc nước
- 3 chén khoai tây gọt vỏ thái hạt lựu
- 1¼ chén cần tây thái lát
- ½ muỗng cà phê muối
- ½ chén hành tây, thái hạt lựu
- 1/8 thìa cà phê tiêu

**THỊT VIÊN THẢ:**

- ½ muỗng cà phê muối
- 1 quả trứng đánh
- ⅓ cốc nước
- 1 cốc bột mì đa dụng

**HƯỚNG DẪN:**

a) Trộn 6 nguyên liệu đầu tiên bằng Nồi nấu chậm và Nấu ở mức thấp trong khoảng 1 giờ cho đến khi mềm.

b) Lấy rau ra và nghiền nhuyễn

**ĐỐI VỚI BÁNH:**

c) Trộn bột mì, nước, muối và trứng.

d) Rắc lên súp nóng.

e) Nấu trong khoảng 15 phút.

## 78. Ớt bò xay chậm

Tạo ra: 6

**THÀNH PHẦN**

- 1 muỗng canh dầu
- 4 thìa nước
- 2 thìa cà phê muối, đường, Worcestershire, ca cao, thì là, lá oregano
- 3 cốc cà chua đóng hộp
- 1 muỗng canh sốt Tabasco
- 1 củ hành tây xắt nhỏ
- 1 thìa ớt bột
- 2 pound thịt bò xay
- 2 lon đậu thận

**HƯỚNG DẪN:**

a) Trong chảo có dầu, thịt bò xay màu nâu và hành tây. Chuyển sang Nồi nấu chậm.

b) Thêm các nguyên liệu còn lại, đậy nắp và nấu trong 2 giờ.

## 79. Ớt Texan nấu chậm

Tạo ra: 6

**THÀNH PHẦN**

- 2 pound thịt bò nướng
- 20 oz. cà chua xắt nhỏ
- 1 củ hành tây
- 1 thìa lá oregano
- 6 quả ớt jalapeño, bỏ hạt và cắt nhỏ
- Muối, 2 muỗng cà phê
- 1 thìa thì là
- 6 tép tỏi, băm nhỏ
- 4 thìa ớt bột
- mỡ thịt xông khói

**HƯỚNG DẪN:**

a) Trong mỡ thịt xông khói, làm nâu thịt bò, hành tây và tỏi. Cho vào nồi nấu chậm.

b) Thêm jalapenos và các thành phần khác vào và nấu trong một giờ.

## 80. Thịt xông khói, tỏi tây, húng tây Farro

Tạo ra: 8

**THÀNH PHẦN:**

- 4 lát thịt xông khói cắt ở giữa, xắt nhỏ
- 2 chén nấm cremini tươi thái lát mỏng
- 1½ chén tỏi tây thái lát mỏng
- 1 muỗng canh húng tây tươi xắt nhỏ
- 1 thìa tỏi băm
- 3 chén nước luộc gà không muối
- 1½ cốc farro chưa nấu chín
- ¾ thìa cà phê muối kosher
- ½ muỗng cà phê tiêu đen
- 1 ounce phô mai Gruyère, bào

**HƯỚNG DẪN:**

a) Nấu thịt xông khói trong chảo không dính trên lửa vừa cho đến khi giòn, khoảng 5 phút. Chuyển thịt xông khói vào đĩa có lót khăn giấy, để phần nước xốt vào chảo. Đặt thịt xông khói sang một bên.

b) Cho nấm và tỏi tây vào chảo còn nóng, nấu, khuấy thường xuyên cho đến khi mềm và có màu nâu nhạt, từ 6 đến 8 phút. Thêm húng tây và tỏi; nấu, khuấy thường xuyên cho đến khi có mùi thơm, 1 phút. Chuyển hỗn hợp tỏi tây vào Nồi nấu chậm.

c) Khuấy nước kho, farro, muối và hạt tiêu. Đậy nắp và nấu ở mức CAO cho đến khi món farro chín hẳn, khoảng 2 giờ. Tắt Nồi nấu chậm và để hỗn hợp trong 10 phút. Rắc phô mai và thịt xông khói trước khi ăn.

## 81. Ngô hầm chậm

Tạo ra: 4

**THÀNH PHẦN**

- ¼ pound bơ
- 1 cốc bánh quy giòn Ritz nghiền nát
- 1 cốc phô mai vụn
- 1 quả trứng
- 2/3 cốc sữa đặc
- Muối và tiêu
- 1 lon ngô nguyên hạt, để ráo nước
- 3 thìa đường
- 1 lon ngô kem
- ¼ chén hành khô
- 4 ounce ớt xanh

**HƯỚNG DẪN:**

a) Cho tất cả nguyên liệu vào Nồi nấu chậm và nấu trong 1 giờ.

# THUẦN CHAY

## 82. Spaghetti đậu trắng Caprese

Tạo ra: 2

**THÀNH PHẦN:**

- Quả bóng mozzarella thuần chay 3 ounce, cắt thành 4 phần
- Lá húng quế tươi thái lát
- 2 cốc nước
- 1 spaghetti bí, chọc
- 1 muỗng canh dầu ô liu
- 2 tép tỏi, băm nhỏ
- 1 chén đậu cannellini không thêm muối, để ráo nước và rửa sạch
- ⅓ chén húng quế tươi cắt nhỏ
- ½ thìa cà phê muối kosher
- 2 cốc cà chua bi, cắt tư

**HƯỚNG DẪN:**

a) Trong Nồi nấu chậm 6 lít, kết hợp bí và nước.
b) Nấu ở mức thấp trong 6 giờ.
c) Cạo vỏ bí bên trong để tạo thành những sợi giống như sợi mì spaghetti.
d) Đặt vỏ bí spaghetti trở lại Nồi nấu chậm.
e) Trong chảo trên lửa vừa, đun nóng dầu.
f) Xào tỏi và cà chua trong khoảng 3 phút.
g) Lấy chảo ra khỏi lửa.
h) Thêm húng quế, sợi, đậu và muối vào hỗn hợp cà chua.
i) Gấp phô mai mozzarella vào một cách nhẹ nhàng.
j) Trong Nồi nấu chậm, đổ đều hỗn hợp bí vào từng nửa quả bí.
k) Nấu trong khoảng 1 giờ hoặc cho đến khi phô mai tan chảy và hỗn hợp chín.
l) Trang trí với lá húng quế nếu muốn.

## 83. Ragout cà tím và đậu trắng

Tạo ra: 4

**THÀNH PHẦN:**

- 1¼ thìa cà phê muối kosher
- 1 muỗng canh bột cà chua không muối
- 1 quả ớt chuông xanh, xắt nhỏ
- ¼ thìa cà phê tiêu đen
- Lọ cà chua phơi nắng 8½ ounce trong dầu ô liu, cắt nhỏ
- 1 củ hành vàng, băm nhỏ
- 3 cốc couscous lúa mì nấu chín nóng
- Ớt đỏ nghiền
- 1 muỗng canh giấm balsamic hoặc rượu vang đỏ
- 30 ounce đậu cannellini không muối, để ráo nước và rửa sạch
- 1 quả cà tím, gọt vỏ và cắt khối
- ½ chén nước dùng rau không muối
- 2 muỗng cà phê húng tây tươi xắt nhỏ
- 3 tép tỏi, băm nhỏ
- 2 muỗng canh rau mùi tây lá phẳng hoặc húng quế tươi xắt nhỏ

**HƯỚNG DẪN:**

a) Trộn cà tím với một nửa lượng muối và để ráo nước sau 10 phút. Rửa sạch và lau khô.
b) Trong chảo chống dính, đun nóng 2 thìa dầu cà chua trên lửa vừa cao.
c) Thêm cà tím vào và làm chín cà tím ở tất cả các mặt trong khoảng 5 phút.
d) Nấu trong 2 phút, khuấy thường xuyên với tỏi, hành tây và ớt chuông.
e) Đặt hỗn hợp cà tím vào nồi nấu chậm.
f) Khuấy cà chua xắt nhỏ, đậu, nước kho, bột cà chua, húng tây, hạt tiêu đen và lượng muối còn lại.
g) Nấu ở nhiệt độ thấp trong 5 giờ hoặc cho đến khi cà tím cực kỳ mềm.
h) Lấy Nồi nấu chậm ra khỏi bếp và cho rau mùi tây và giấm vào.
i) Phân phối couscous trên bốn đĩa.
j) Trên couscous, múc ragout.
k) Nghiền ớt đỏ lên trên.

## 84. Đậu hũ Lo Mein

Tạo ra: 5

**THÀNH PHẦN:**

- ⅔ cốc nước luộc rau không muối
- ¼ chén hành lá thái lát
- 1 củ hành vàng, thái lát mỏng
- 2 chén bông cải xanh tươi
- Gói đậu hũ siêu cứng 14 ounce, để ráo nước
- 2 muỗng canh giấm gạo
- 1 muỗng canh gừng tươi băm nhỏ
- 8 ounce mì ống làm từ lúa mì nguyên hạt, nấu chín và để ráo nước
- 3 muỗng canh dầu hào
- 2 thìa cà phê mật ong
- 1 muỗng canh dầu mè
- 3 muỗng canh nước tương có hàm lượng natri thấp hơn
- 1 chén đậu Hà Lan tươi đã cắt nhỏ
- 3 tép tỏi, băm nhỏ
- 1 cốc cà rốt thái lát chéo

**HƯỚNG DẪN:**

a) Kết hợp hành tây, bông cải xanh, cà rốt và đậu Hà Lan trong Nồi nấu chậm từ 4 đến 5 lít.
b) Đánh đều nước dùng, hành lá, nước tương, dầu hào, giấm, gừng, dầu, mật ong và tỏi; đổ rau vào nồi nấu chậm.
c) Nấu trong 2 đến 3 giờ ở nhiệt độ thấp.
d) Trong Nồi nấu chậm, kết hợp đậu phụ và mì nấu nóng.

## 85. Tempeh Châu Á với rau bina và xoài

Tạo ra: 4

**THÀNH PHẦN:**

- 1 quả xoài chín, gọt vỏ và thái lát mỏng
- ¾ thìa cà phê muối kosher
- ⅓ cốc nước
- Tempeh gói 8 ounce
- 2 chén gạo lứt nấu nóng
- 2 muỗng canh giấm gạo chưa nêm
- Gói 5 ounce rau bina non
- 1½ muỗng canh dầu mè nướng
- ¼ cốc mirin
- 2 muỗng cà phê tương ớt Sriracha
- 4 tép tỏi, đập dập
- ¼ cốc nước cốt chanh tươi
- 2 thìa mật ong

**HƯỚNG DẪN:**

a) Trong Nồi nấu chậm, kết hợp nước, mirin, nước cốt chanh, giấm, mật ong, Sriracha, muối và tỏi.
b) Đặt tempeh vào chất lỏng và nấu ở mức thấp trong 4 giờ, đậy nắp.
c) Dùng thìa có rãnh, lấy tempeh ra, để lại một ít nước nấu.
d) Làm 12 lát tempeh.
e) Chia cơm vào bốn đĩa.
f) Trộn rau chân vịt với dầu mè và dùng kèm với cơm.
g) Ăn kèm với tempeh và lát xoài ở trên.
h) Rưới đều chất lỏng nấu ăn dành riêng lên mỗi khẩu phần.

## 86. Edamame Succotash

Tạo ra: 4

**THÀNH PHẦN:**

- 1 cốc couscous lúa mì nguyên hạt nấu chín
- 1 quả ớt chuông đỏ, xắt nhỏ
- 2 thìa thì là tươi xắt nhỏ
- 1 muỗng canh dầu ô liu
- 2 chén hạt ngô vàng
- 1 muỗng canh giấm rượu vang đỏ
- 1 thìa cà phê muối kosher
- ¼ thìa cà phê tiêu đen
- 1 củ hành vàng, xắt nhỏ
- 1 cốc cà chua chín xắt nhỏ
- Gói 8 ounce đậu edamame đông lạnh có vỏ
- 1 chén nước dùng rau không muối

**HƯỚNG DẪN:**

a) Trong chảo trên lửa vừa, đun nóng dầu.
b) Nấu, khuấy thường xuyên trong 4 phút với hành tây và ớt chuông.
c) Trong Nồi nấu chậm, kết hợp đậu nành Nhật, hỗn hợp hành tây, ngô, nước kho và hạt tiêu.
d) Nấu, đậy nắp trong 4 đến 5 giờ hoặc cho đến khi rau mềm và hương vị hòa quyện.
e) Thêm cà chua, thì là và giấm vào, khuấy nhẹ.
f) Rắc lượng muối còn lại lên hỗn hợp edamame.
g) Phân phối couscous cho bốn đĩa.
h) Đổ hỗn hợp edamame lên couscous bằng thìa có rãnh.
i) Trang trí thêm thì là nếu muốn.

## 87. Risotto lúa mạch với bí đỏ

Tạo ra: 6

**THÀNH PHẦN:**

- 1 muỗng cà phê dầu ô liu
- Gói 16 ounce nấm cremini tươi thái lát
- 1½ chén lúa mạch nguyên hạt chưa nấu chín
- 1½ muỗng cà phê giấm sherry
- 1 ½ ounce phô mai Parmesan, bào
- ½ muỗng cà phê đường cát
- 1 nhánh xô thơm tươi và 3 thìa lá tươi
- Bình xịt nấu ăn
- 4 cốc nước luộc rau không muối
- ⅞ muỗng cà phê muối kosher
- 4 cốc bí đao gọt vỏ và cắt nhỏ
- ½ muỗng cà phê tiêu đen
- 1 củ hành vàng, xắt nhỏ
- ⅓ cốc kem hạt điều

**HƯỚNG DẪN:**

a) Trong chảo trên lửa vừa, đun nóng dầu.
b) Xào hành tây khoảng 5 phút.
c) Thêm nấm vào chảo và nấu trong 8 phút, khuấy thường xuyên.
d) Nấu, khuấy thường xuyên trong 1 phút với lúa mạch và nhánh cây xô thơm trong chảo.
e) Xịt bình xịt nấu ăn vào bên trong Nồi nấu chậm.
f) Trong Nồi nấu chậm, kết hợp hỗn hợp lúa mạch, nước kho, muối, tiêu và đường; khuấy để kết hợp.
g) Rắc bí đao lên trên.
h) Nấu trong 5 giờ ở mức CAO, đậy nắp.
i) Loại bỏ nhánh cây xô thơm.
j) Nghiền các khối bí đỏ vào cơm risotto bằng mặt sau của thìa cho đến khi mịn.
k) Trộn kem hạt điều và giấm cho đến khi kết hợp tốt.
l) Trang trí với phô mai và cây xô thơm.

# MÓN ĂN PHỤ

## 88. Cải Brussels với chanh

Tạo ra: 6

**THÀNH PHẦN:**

- 2 pound mầm Brussels tươi, giảm một nửa
- ¼ thìa cà phê tiêu đen
- 2 muỗng canh pecorino Romano cạo râu
- ½ thìa cà phê muối kosher
- Bình xịt nấu ăn
- 1 thìa cà phê vỏ chanh
- 3 thìa nước cốt chanh tươi
- ½ chén nước luộc gà không muối
- ¼ chén hạt thông, nướng

**HƯỚNG DẪN:**

a) Trong Nồi nấu chậm, trộn cải Brussels, nước kho và muối.
b) Nấu, đậy nắp, ở mức CAO trong 1 giờ 30 phút.
c) Xịt vào chảo nướng thịt hoặc khay nướng có viền lót giấy nhôm khi nấu ăn.
d) Chuyển cải Brussels từ Nồi nấu chậm sang chảo nướng thịt đã được làm nóng bằng thìa có rãnh.
e) Rưới 2 thìa nước cốt chanh và nêm hạt tiêu.
f) Đun trong 3 phút và rắc 1 thìa nước cốt chanh còn lại.
g) Ăn kèm với hạt thông, phô mai và vỏ chanh ở trên.

## 89. Cải rổ om với Pepperoncini

Tạo ra: 10

**THÀNH PHẦN:**

- 1 chén hành đỏ xắt nhỏ
- 2 chén nước luộc gà không muối
- ½ thìa cà phê muối kosher
- Gói 16 ounce rau xanh, xắt nhỏ
- 1 muỗng canh dầu ô liu
- 1 thìa tỏi băm
- 2 ounce pancetta thái hạt lựu
- 4 nhánh húng tây tươi
- ¼ chén lát pepperoncini ngâm không ráo nước

**HƯỚNG DẪN:**

a) Trong Nồi nấu chậm 6 lít, kết hợp rau cải rổ, nước luộc gà, hành tây, pancetta, tỏi, dầu và húng tây.
b) Nấu ở nhiệt độ thấp trong 8 giờ.
c) Loại bỏ các nhánh húng tây.
d) Ăn ngay với pepperoncini ngâm và muối.

## 90. Cà rốt phong-quả óc chó

Tạo ra: 8

**THÀNH PHẦN:**

- 1½ muỗng canh bơ không muối, cắt thành từng miếng
- 2 thìa nước cốt chanh tươi
- ¼ cốc xi-rô phong nguyên chất
- ½ muỗng cà phê hương thảo tươi xắt nhỏ
- ¼ cốc (2 ounce) rượu mạnh
- 2 pound cà rốt, gọt vỏ và cắt chéo thành miếng 3 inch (6 cốc)
- ½ thìa cà phê muối kosher
- ½ chén quả óc chó cắt nhỏ, nướng

**HƯỚNG DẪN:**

a) Trong Nồi nấu chậm 6 lít, kết hợp cà rốt, xi-rô cây thích, rượu mạnh và nước cốt chanh.
b) Rắc hỗn hợp cà rốt với bơ và muối.
c) Nấu ở nhiệt độ thấp trong 4 giờ.
d) Đặt cà rốt vào tô và rắc quả óc chó và hương thảo.

## 91. Súp lơ cà ri và khoai tây

Tạo ra: 10

**THÀNH PHẦN:**

- 1 muỗng canh bơ không muối
- 2 pound khoai tây đỏ baby, giảm một nửa
- 2 chén hành vàng xắt nhỏ
- 1½ muỗng canh bột cà ri Madras nóng, cộng thêm để trang trí
- 10 muỗng canh kem chua giảm béo
- Bình xịt nấu ăn
- 4 chén hoa súp lơ
- 1 chén rau mùi tươi xắt nhỏ
- 6 ounce lá rau bina bé
- Cà chua nghiền không thêm muối lon 15 ounce
- 1 cốc cà chua mận thái hạt lựu
- 1¼ thìa cà phê muối kosher

**HƯỚNG DẪN:**

a) Trong máy xay sinh tố, xay nhuyễn ngò, cà chua nghiền và 1 cốc hành tây cho đến khi mịn.
b) Trong chảo không dính trên lửa vừa, làm tan chảy bơ.
c) Khuấy 1 chén hành còn lại để phủ.
d) Nấu, đậy nắp trong 5 phút hoặc cho đến khi hành tây trong suốt.
e) Thêm bột cà ri và nấu, khuấy liên tục trong 1 phút hoặc cho đến khi có mùi thơm.
f) Thêm ngò và nấu cho đến khi hỗn hợp ngò sủi bọt khoảng 3 phút.
g) Phủ khoai tây và súp lơ bằng bình xịt nấu ăn rồi cho vào Nồi nấu chậm.
h) Kết hợp hỗn hợp cà ri.
i) Nấu, đậy nắp, trong 4 giờ.
j) Cho rau bina, cà chua mận và muối vào tô trộn.
k) Kem chua nên được đặt lên trên mỗi khẩu phần.
l) Rắc đều bột cà ri còn lại.

## 92. Đậu Ý nấu chậm

Tạo ra: 10

**THÀNH PHẦN**

- 1 củ hành tây, xắt nhỏ
- 1 thìa cà phê đường
- 2 muỗng canh dầu ô liu hoặc dầu thực vật
- ¼ thìa cà phê tiêu xay
- 3 tép tỏi, băm nhỏ
- 1 lon cà chua hầm, xay nhuyễn
- Muối, 1 thìa cà phê
- Phô mai Parmesan, 2 muỗng canh
- 4 muỗng cà phê húng quế, xắt nhỏ
- 2 pound đậu xanh, xắt nhỏ và hấp
- ½ cốc nước
- 3 thìa lá oregano

**HƯỚNG DẪN:**

a) Xào hành và tỏi trong dầu. Cho vào nồi nấu chậm.

b) Thêm các thành phần khác và nấu trong 1 giờ ở mức thấp.

## 93. Đậu nướng thịt xông khói

Tạo ra: 6

**THÀNH PHẦN**

- Thịt lợn và đậu, 2 lon
- Đậu ớt, 1 lon
- 1 chén hành tây, xắt nhỏ
- 2 thìa cà phê ớt bột
- 2 tép tỏi, băm nhỏ
- 8 ounce nước sốt enchilada
- 1 muỗng canh bột mì, cho mọi mục đích sử dụng
- 8 lát thịt xông khói, nấu chín và cắt nhỏ
- Đường nâu, ½ cốc
- 1 thìa cà phê bột thì là
- 1 cốc phô mai Monterey jack, cắt nhỏ
- 1 lon ớt xanh, thái hạt lựu

**HƯỚNG DẪN:**

a) Xào tỏi cùng với thịt xông khói cho đến khi tỏi bắt đầu chuyển sang màu nâu.
b) Kết hợp mọi thứ trừ phô mai; trộn và cho vào Nồi nấu chậm.
c) Nấu trong 1-2 giờ ở mức thấp.
d) Thêm phô mai.

# món tráng miệng

## 94. Bánh ớt Thổ Nhĩ Kỳ phủ bột ngô

Tạo ra: 8

**THÀNH PHẦN:**

- 6 muỗng canh dầu hạt cải
- ¾ chén bột mì đa dụng
- 2 thìa cà phê bột nở
- 1 quả trứng, đánh bông
- 1 củ hành tây, xắt nhỏ
- ¾ chén bột ngô vàng mịn
- 2 tép tỏi, băm nhỏ
- 1½ muỗng cà phê muối kosher
- Bình xịt nấu ăn
- 2 lon (14,5 ounce) cà chua nướng lửa, không ráo nước
- 1½ pound gà tây nạc
- 4 ounce phô mai Cheddar sắc nét, cắt nhỏ
- 1 chén nước luộc gà không muối
- 2 thìa ớt bột
- Lá ngò tươi
- Đậu đen lon 15 ounce, để ráo nước và rửa sạch
- ¾ cốc sữa ít béo 2%

**HƯỚNG DẪN:**

a) Trong chảo, đun nóng 2 muỗng canh dầu.
b) Thêm gà tây và hành tây vào xào cho đến khi chín vàng khoảng 7 phút.
c) Thêm tỏi, ớt bột và 1 thìa cà phê muối vào khoảng 1 phút.
d) Chuyển sang Nồi nấu chậm đã được xịt dung dịch nấu ăn.
e) Trộn cà chua, nước kho và đậu cho đến khi kết hợp tốt.
f) Rây bột nở, bột mì, bột ngô và lượng muối còn lại.
g) Thêm trứng, sữa, phô mai và dầu hạt cải còn lại để làm bột.
h) Đổ bột ngô lên hỗn hợp gà tây trong nồi nấu chậm. Nấu trong 4 giờ 30 phút.

## 95. Bánh nồi chay mùa xuân

Tạo ra: 6

**THÀNH PHẦN:**

- 2 muỗng canh, cộng với 2 muỗng cà phê dầu ô liu
- Gói nấm cremini thái lát 16 ounce
- 8 ounce khoai tây đỏ, cắt thành khối 1 đến 1 inch
- 2 muỗng cà phê húng tây tươi xắt nhỏ
- 1 cốc cà rốt thái lát chéo
- ½ chén bột làm bánh mì nguyên hạt
- 3 tép tỏi, băm nhỏ
- Bình xịt nấu ăn
- 1⅜ muỗng cà phê muối kosher
- 1 cốc tỏi tây thái lát
- 1 chén đậu xanh tươi hoặc đông lạnh
- ¼ cốc sữa
- 1½ chén nước dùng rau không muối
- ¼ thìa cà phê tiêu đen
- ½ cốc cộng thêm 3 thìa bột mì đa dụng
- 2 thìa rưỡi
- 3 muỗng canh bơ lạt ướp lạnh, cắt thành từng miếng nhỏ
- 1½ muỗng cà phê bột nở
- 1½ ounce phô mai Cheddar sắc nét, cắt nhỏ
- 2 muỗng canh hẹ tươi xắt nhỏ, và nhiều hơn nữa để trang trí

**HƯỚNG DẪN:**

a) Trong chảo chống dính trên lửa vừa, đun nóng 2 muỗng cà phê dầu.
b) Nấu trong 5 phút, khuấy thường xuyên sau khi thêm nấm, khoai tây, tỏi tây và cà rốt.
c) Nấu trong 1 phút, khuấy thường xuyên sau khi thêm tỏi và muối.
d) Đặt hỗn hợp rau vào nồi nấu chậm đã được bôi mỡ.
e) Trong chảo, đun nóng 2 thìa dầu còn lại trên lửa vừa; trộn vào 3 thìa bột mì đa dụng. Nấu trong 1 phút,
f) Đánh đều vào kho dần dần. Nấu trong 3 phút hoặc cho đến khi đặc lại và sủi bọt.
g) Thêm húng tây và hạt tiêu vào, trộn đều.
h) Đổ nước sốt vào nồi nấu chậm và khuấy nhẹ để hòa quyện.
i) Che phủ; nấu ở mức THẤP cho đến khi rau mềm, từ 3 đến 4 giờ.
j) Trộn bột bánh ngọt, bột nở và bột mì đa dụng còn lại.
k) Thêm bơ cho đến khi hỗn hợp giống như một bữa ăn thô.
l) Kết hợp phô mai và hẹ trong tô trộn.
m) Khuấy sữa cho đến khi vừa đủ ẩm.
n) Trong Nồi nấu chậm, kết hợp đậu Hà Lan và nửa rưỡi.
o) Thả bánh quy thành 6 khối bằng nhau vào hỗn hợp.
p) Nấu ở mức CAO trong 1 giờ.

## 96. Bánh sô cô la caramel nấu chậm

Tạo ra: 8

**THÀNH PHẦN**

- ⅓ cốc kem đặc
- ¾ cốc đường cát
- ⅓ cốc bột cacao không đường
- 1½ muỗng cà phê bột nở
- 1½ chén bột mì đa dụng
- 1 lon Dulce De Leche 300ml
- ⅔ cốc dầu thực vật
- 1½ muỗng cà phê chiết xuất vani
- 1 cốc sữa
- 1½ cốc sô-cô-la chip vừa ngọt
- ¾ thìa cà phê muối
- 1 cốc sô-cô-la sữa chip

**HƯỚNG DẪN**

a) Xịt dung dịch xịt nấu ăn không dính vào bên trong Nồi nấu chậm 4 lít.
b) Trộn bột mì, đường, bột cacao, bột nở và muối.
c) Thêm dầu thực vật, sữa và chiết xuất vani.
d) Kết hợp tất cả các loại sô-cô-la chip.
e) Đặt nguyên liệu vào nồi nấu chậm đã chuẩn bị.
f) Trong một chiếc bát an toàn với lò vi sóng, trộn dulce de leche và kem béo trong 45 giây.
g) Đổ Dulce De Leche lên bột bánh.
h) Đậy nắp và nấu ở nhiệt độ cao trong 3 giờ hoặc cho đến khi cắm tăm vào giữa tăm thấy tăm sạch.
i) Phục vụ bánh ấm hoặc nóng.

# 97. Blackberry Cobbler nấu chậm

Tạo ra: 8

**THÀNH PHẦN:**

**LỚP BLACKBERRY:**

- ¼ cốc đường
- 3-5 cốc quả mâm xôi, rửa sạch và để ráo nước
- 1 muỗng canh bột bắp
- 2 muỗng canh bơ mặn tan chảy

**LỚP COBBLER:**

- 1¼ chén bột mì đa dụng
- ¾ cốc đường
- 2 muỗng canh bơ mặn tan chảy
- 1½ muỗng cà phê bột nở
- ½ muỗng cà phê muối
- 1 cốc sữa
- 1 muỗng cà phê chiết xuất vani

**PHỦ BÊN TRÊN THỨC ĂN**

- ¼ thìa cà phê quế
- 1 thìa đường

**HƯỚNG DẪN:**

a) Đặt quả mâm xôi vào nồi nấu chậm.
b) Rắc đường, bột bắp và bơ tan chảy lên trên.
c) Trộn các thành phần này.
d) Kết hợp các thành phần khô được liệt kê trong lớp đá cuội ở trên và khuấy đều.
e) Sau đó cho nguyên liệu ướt vào trộn đều.
f) Đổ đều bột này lên quả mâm xôi.
g) Trộn một thìa đường và quế vào một chiếc ramekin nhỏ.
h) Rắc thứ này lên trên mặt bột.
i) Nấu trong 2 giờ 30 phút ở mức CAO.

## 98. Blondies Blondies Bơ Đậu Phộng Nồi Nấu Chậm

Tạo ra: 6

**THÀNH PHẦN:**

- ⅔ cốc sô cô la nhỏ bán ngọt
- ½ cốc cộng thêm 1 thìa bột mì đa dụng
- 1 quả trứng, ở nhiệt độ phòng
- ¼ cốc đường
- 3 muỗng canh đường nâu nhạt đóng gói
- 2 muỗng canh kem bơ đậu phộng
- ¼ thìa cà phê bột nở
- 1 thìa cà phê vani
- 2 muỗng canh bơ, ở nhiệt độ phòng

**HƯỚNG DẪN:**

a) Bôi thật nhiều bơ vào bên trong Nồi nấu chậm.
b) Sau đó rắc bột mì và nghiêng để phủ các mặt và đáy.
c) Trong một tô trộn, trộn bột mì và bột nở rồi để sang một bên.

d) Trong một tô trộn vừa, trộn bơ, bơ đậu phộng, đường và đường nâu cho đến khi mịn và mịn. Kết hợp trứng.
e) Trộn thêm chiết xuất vani cho đến khi hỗn hợp mịn.
f) Thêm hỗn hợp bột và trộn nhẹ nhàng bằng thìa cho đến khi vừa kết hợp.
g) Khuấy sô-cô-la chip một cách nhẹ nhàng.
h) Cạo và làm mịn bột vào Nồi nấu chậm đã được làm nóng trước.
i) Trải nhiều lớp khăn giấy lên trên Nồi nấu chậm, sau đó đậy nắp lại.
j) Nấu ở mức CAO trong 1 giờ.
k) Để nguội và cắt thành 12 miếng.

# 99. Nồi Hầm Dulce de Leche

Tạo ra: 16

**THÀNH PHẦN:**

- 2 lon (14 ounce) sữa đặc có đường

**HƯỚNG DẪN:**

a) Đổ đầy sữa đặc có đường vào các lọ Mason.
b) Vặn chặt các nắp lại.
c) Đặt thẳng đứng trong nồi nấu chậm.
d) Đổ nước nóng vào nửa nồi sành để đậy kín lọ.
e) Nấu ở mức THẤP trong 8 đến 10 giờ.
f) Để nguội đến nhiệt độ phòng trên quầy.
g) Làm lạnh cho đến khi cần thiết.

## 100. Táo nấu chậm giòn

**THÀNH PHẦN:**

6 chén táo thái lát và gọt vỏ
3/4 chén bột mì đa dụng
3/4 chén yến mạch cán
1 cốc đường nâu
1/2 chén bơ không muối, làm mềm
1 thìa cà phê quế
1/2 muỗng cà phê hạt nhục đậu khấu
1/4 thìa cà phê muối

**HƯỚNG DẪN:**

Bôi trơn bên trong nồi nấu chậm bằng bình xịt nấu ăn.
Thêm táo thái lát vào đáy nồi nấu chậm.
Trong một bát trộn riêng, trộn bột mì, yến mạch, đường nâu, bơ mềm, quế, nhục đậu khấu và muối.
Trộn các thành phần khô với nhau cho đến khi chúng tạo thành một hỗn hợp vụn.
Đổ hỗn hợp vụn lên táo thái lát trong nồi nấu chậm.
Nấu ở nhiệt độ cao trong 2-3 giờ hoặc ở nhiệt độ thấp trong 4-5 giờ hoặc cho đến khi táo mềm và mặt trên có màu nâu vàng.
Ăn nóng với một muỗng kem vani hoặc kem đánh bông, nếu muốn.

# PHẦN KẾT LUẬN

Bữa ăn nấu chậm là một lựa chọn tuyệt vời cho những ai đang tìm kiếm một cách chế biến bữa ăn tiện lợi và ngon miệng. Với yêu cầu chuẩn bị tối thiểu, chúng sẽ hoàn hảo cho những buổi tối bận rộn trong tuần hoặc những ngày cuối tuần lười biếng. Quá trình nấu chậm và lâu cho phép mang lại hương vị và độ mềm tối đa, mang đến những bữa ăn hài lòng và thoải mái, chắc chắn sẽ làm bạn hài lòng. Vì vậy, cho dù bạn đang nấu một nồi ớt hay một món thịt bò hầm thịnh soạn, nồi nấu chậm là một công cụ tuyệt vời cần có trong kho vũ khí nhà bếp của bạn.

www.ingramcontent.com/pod-product-compliance
Lightning Source LLC
LaVergne TN
LVHW010924061026
849535LV00007B/2212